മീനുവും
പരിസ്ഥിതിക്ലബ്ബും

ബാലസാഹിത്യം

മീനുവും പരിസ്ഥിതിക്ലബ്ബും

ശ്രീവിലാസം മോഹൻകുമാർ

Little Green

little green
an imprint of green books private limited
gb building, civil lane road, ayyanthole,
thrissur- 680 003, kerala, ph: +91 487-2381066, 2381039
website: www.greenbooksindia.com
e-mail: info@greenbooksindia.com

malayalam
meenuvum paristhithi clubbum
(children's novel)
by
sreevilasam mohankumar

first published july 2020

cover design : shahzad

manipal technologies ltd, manipal

branches:
thrissur 0487-2422515
thiruvananthapuram 0471-2335301
calicut 0495 4854662
ernakulam 8589095007

isbn : 978-93-89671-54-4

LGPL/040/2020

പ്രിയ കുഞ്ഞുങ്ങൾക്ക്

മീനുവും
പരിസ്ഥിതിക്കുട്ടുകളും

ഇതൾ ഒന്ന്

തറവാട്ടുവളപ്പിലെ കാവിനെക്കുറിച്ചുള്ള ചർച്ചയ്ക്ക് വർഷങ്ങളുടെ പഴക്കമുണ്ട്. സർപ്പദൈവങ്ങളുടെയും പൂർവികരായ ആൾദൈവങ്ങളുടെയും ആവാസകേന്ദ്രമെന്ന് കുടുംബക്കാരുടെ ഇടയിൽ നല്ല പ്രസിദ്ധിയാണ് ഈ തറവാട്ടുകാവിന്. നിത്യവും ദീപധൂപാദികൾ നൽകുവാനുള്ള അധികാരം ഈ കുടുംബത്തിലെ സ്ത്രീജനങ്ങൾക്കാണ്. ഇപ്പോൾ ആ അധികാരം മീനുവിലും വന്നു ചേർന്നിരിക്കുന്നു. മീനുവിന് മുൻപ് ആ തറവാട്ടിലെ മുത്തശ്ശിയായിരുന്നു കാവിൽ വിളക്ക് വെച്ചുകൊണ്ടിരുന്നത്. ഇപ്പോൾ ഒരു നിയോഗമെന്നോണം അത് മീനുവിൽ നിക്ഷിപ്തമായി. മീനു തന്റെ സഹായത്തിനായി തറവാട്ടിലെ സമപ്രായക്കാരായ മൂന്നു നാല് കുട്ടികളെയും കൂടെ കൂട്ടാറുണ്ട്.

മീനുവിനും കൂട്ടുകാർക്കും കാവും പരിസരവും വൃത്തിയാക്കി വിളക്ക് വെയ്ക്കുവാനുള്ള പരിപാവനമായ കൃത്യനിർവ്വഹണമാണ് നിത്യവും നിറവേറ്റുവാനുള്ളത്. അതിലുപരി അവർക്ക് പ്രിയങ്കരം മറ്റ് ചിലതായിരുന്നു. കാവിൽ അപൂർവ്വമായി വിളയുന്ന ചൂരപ്പഴങ്ങളും ചെത്തിപ്പഴങ്ങളും കൊട്ടയ്ക്കാപ്പഴവുമെല്ലാം മീനുവിനേയും കൂട്ടുകാരേയും കാവിന്റെ പരിസരങ്ങളിൽ ചുറ്റിക്കറങ്ങുവാൻ പ്രേരിപ്പിച്ചു. അതിൽ വളർന്നു നിൽക്കുന്ന ചൂരൽ മുറിച്ചെടുക്കാൻ അടുത്ത വീട്ടിലെ വിനോദ് സദാ ശ്രമിച്ചിരുന്നു. വിനോദ്

ക്ലാസ്സിലെ മോണിട്ടറാണ്. ക്ലാസ് ടീച്ചർ മാത്രമല്ല മറ്റ് ടീച്ചർ മാരും ചൂരലിനു വേണ്ടി വിനോദിനെയാണ് ആശ്രയിക്കാറുള്ളത്. വിനോദ് ഈ കാവിലെ ചൂരൽ മുറിച്ചാണ് സ്കൂളിൽ പതിവായി കൊണ്ടുവരാറുള്ളത്. വിനോദ് ചൂരൽ മുറിച്ചെടുക്കുമ്പോൾ പത്മിനിചേച്ചി പലപ്പോഴും വിലക്കാറുണ്ട്.

"എടാ വിനോദേ... ചൂരലിങ്ങനെ വെട്ടിയെടുക്കരുത്. സർപ്പങ്ങൾ അതിനിടയിൽ കാണുമേ... സർപ്പദോഷം വരുമേ..."

ഇതു കേൾക്കുമ്പോൾ വിനോദ് പറയും:

"ഒന്നു പോ ചേച്ചി, മനുഷ്യനെ പേടിപ്പിക്കാതെ, ഈ മുള്ളു ചൂരലിന്റെ ഇടയിലാണോ സർപ്പമിരിക്കുന്നെ."

ഭീഷണിവകവെയ്ക്കാതെ അവൻ മിക്കവാറും ദിവസങ്ങളിൽ ചൂരൽ വെട്ടിയെടുക്കും. കൂടാതെ അക്കൂട്ടത്തിൽ കാവിനുള്ളിൽ നിൽക്കുന്ന മൊട്ടപ്പഴവും കൊട്ടയ്ക്കാപ്പഴവും ഒക്കെ പറിച്ചെടുക്കും. അതിൽ ഒരു വിഹിതം അവിടെ നിൽക്കുന്ന കുട്ടികൾക്കെല്ലാം വീതിച്ചും കൊടുക്കും. അവരത് തിന്നുമ്പോഴേക്കും വിനോദ് ചൂരലിന്റെ ഇല കോതിപ്പൊളിച്ച് ചൂരൽ

വേർപെടുത്തിയെടുക്കും. അതിനുശേഷം പല വലിപ്പത്തിൽ മുറിച്ചെടുക്കും. ചൂരലുമായി വരുന്ന ദിവസം വിനോദ് വലിയ ഗെമയിലായിരിക്കും. സ്കൂളിലെ ഹീറോയായി അവനന്ന് മാറും. മാത്രമല്ല കുട്ടികളെല്ലാം വിനോദിനെ കാണുമ്പോൾ മനസ്സിൽ പ്രാകും.

“കാലമാടൻ ചൂരലും കൊണ്ട് വന്നിരിക്കുന്നു” “ദൈവമേ ഇവന് തന്നെ ആ വടികൊണ്ട് രണ്ടടി കൂടുതൽ കിട്ടണേ” കൂട്ടുകാരുടെ പ്രാക്കങ്ങനെ പോകും.

ഇതൊക്കെ കേൾക്കുമെങ്കിലും വിനോദ് തന്റെ ചൂരൽ കൊടുക്കൽ തുടർന്നു പോന്നു.

കാവിന്റെ നടുക്ക് നിൽക്കുന്ന കുളമാവിൽ നിന്നും കുള മാങ്ങ കിട്ടാറുണ്ട്. അത് ശേഖരിച്ച് അതിന്റെ മധുരം രുചിച്ചും തൊണ്ട് പൊട്ടിച്ച് അതിലെ പരിപ്പ് തിന്നുന്ന രസവും ഒന്ന് വേറെ തന്നെയാണ്. അപ്പൂപ്പൻ താടിയുടെ ഒരു വിഹാരകേന്ദ്ര മാണ് കാവും പരിസരവും. പലപ്പോഴും അവ ശേഖരിച്ച് മീനുവും കൂട്ടുകാരും പറത്തിക്കളിക്കാറുണ്ട്. അതേപോലെ കാവിൽ പരിസരങ്ങളിൽ നിന്നും വീണു കിട്ടുന്ന മഞ്ചാടി ക്കുരുവും കുന്നിക്കുരുവുമെല്ലാം ശേഖരിച്ച് പാടയിൽ നിറച്ച് വെച്ചിട്ടുണ്ട് മീനു. ഇവകൊണ്ട് പല കളികളും മീനുവും കൂട്ടു കാരും നടത്താറുണ്ട്. കാവിലും പരിസരങ്ങളിലും പാറി നട ക്കുന്ന പല വർണങ്ങളിലുള്ള പക്ഷികളും ശലഭങ്ങളും ഒരു മനോഹരമായ കാഴ്ച തന്നെയാണ്. പക്ഷികളെ പമ്മിച്ചെന്ന് പിടിക്കാൻ സുമേഷ് വളരെ വിരുതനാണ്. അവൻ പക്ഷികളെ പിടിച്ച് അതിന്റെ വാലിൽ നൂലോ വാഴനാരോ കെട്ടി പറത്തി വിടും. അത് കാണാൻ നല്ല രസമാണ്. ചിലപ്പോൾ പക്ഷിയെ ക്കൊണ്ട് ചെറിയ കല്ലുകളും റബ്ബർതുണ്ടുകളും പൊക്കിയെടു പ്പിക്കും. പക്ഷികൾക്ക് വേദനിക്കുമെന്ന് പറഞ്ഞ് സുമേഷിനെ മീനു പലപ്പോഴും പിൻതിരിപ്പിക്കാറുണ്ട്. നമ്മെപ്പോലെ അവയ്ക്കും വേദനിക്കുമെന്നാണ് മീനുവിന്റെ പക്ഷം.

പണ്ടൊക്കെ മഞ്ഞശലഭങ്ങളെയാണ് അധികമായി കാവിലും പരിസരങ്ങളിലും കണ്ടിരുന്നത്. എന്നാൽ ഇപ്പോൾ വിവിധ വർണങ്ങളിലുള്ള ശലഭങ്ങളെ അവിടെ കാണാറുണ്ട്. അവ പാറിപ്പറന്ന് നടക്കുന്ന കൗതുകകരമായ കാഴ്ച ഒന്നു കാണേണ്ടത് തന്നെയാണ്.

കാവിന്റെ തെക്കേകോണിൽ നിൽക്കുന്ന നാട്ടുമാവിൽ മാമ്പഴമുണ്ടാകുമ്പോഴാണ് കാവിനടുത്ത് കൂട്ടുകാരുടെ എണ്ണം കൂടുന്നത്. ആ സമയങ്ങളിലെല്ലാം സ്കൂൾ വീട്ട് എല്ലാവരും ആദ്യം ഓടിയെത്തുന്നത് കാവിനടുത്തേക്കാണ്. മാമ്പഴക്കാലമായാൽ ഉണർന്നെണീറ്റ് മീനു ആദ്യം ഓടിയെത്തുന്നത് കാവിനടുത്തേക്കാണ്. പഴുത്ത മാങ്ങ കിട്ടിയാൽ അപ്പഴേ അകത്താക്കും. മീനുവിന്റെ മാത്രമല്ല കൂട്ടുകാരുടെയെല്ലാം പതിവാണത്. മാമ്പഴക്കാലമായാൽ ചൂരപ്പഴത്തിനും കൊട്ടപ്പഴത്തിനുമെല്ലാം മീനുവും കൂട്ടുകാരും തൽക്കാലം അവധി നൽകും.

സ്കൂളുള്ള ദിവസങ്ങളിലാണ് കൂട്ടുകാരുടെ ഒത്തുകൂടൽ കൂടുതലായും ഉണ്ടാവുക. അവധി ദിവസങ്ങളിൽ ഒത്തുചേരാമെന്നായാലോ? ഓരോരുത്തർക്കും വിവിധ സമയങ്ങളിൽ ട്യൂഷനായിരിക്കും. അതു കഴിഞ്ഞെത്തിയാൽ വീണ്ടും പഠിക്കാനുള്ള വീട്ടിലെ കർശനനിർദ്ദേശവും അതുമല്ലെങ്കിൽ ടിവിയിലെ സിനിമയോ കാർട്ടൂണുകളോ ഒക്കെ കൂട്ടുകാരുടെ ഒത്തുചേരലിന് തടസ്സമാവാറുണ്ട്. എങ്കിലും ഇതിനിടയിൽ ഞൊത്തുവന്ന് മാവിൻചുവട് അരിച്ചു പെറുക്കുന്ന വിരുതന്മാരുമുണ്ട്. ഏതായാലും രാവിലെ വിളക്ക് വെയ്ക്കാനുള്ള ചുമതലയുള്ളതുകൊണ്ട് മീനു എന്നും ആറു മണിക്കു മുൻപേ കാവിൽ ഹാജരാകും. ആദ്യം കാവും പരിസരവും തൂത്ത് വൃത്തിയാക്കും. കരിയിലകൾ കത്തിക്കാറില്ല. അവയെല്ലാം കാവിൽ നിൽക്കുന്ന മരങ്ങളുടെ ചുവട്ടിൽത്തന്നെ നിക്ഷേപിക്കും. ആ കരിയിലകൾ അഴുകിയും ദ്രവിച്ചും മരങ്ങൾക്കു തന്നെ വളമായി മാറും എന്നാണ് മുത്തശ്ശി മീനുവിനോട്

പറഞ്ഞിരിക്കുന്നത്. കത്തിച്ചാൽ അന്തരീക്ഷം ഒന്നുകൂടി മലിനമാകുമത്രെ! ഈ സമയം മീനുവിനെ സഹായിക്കാൻ കൂട്ടുകാരും എത്തും. എല്ലാവരും കൂടി വിളക്കെണ്ണയൊഴിച്ച് തിരിയുമിട്ട് വിളക്കെല്ലാം കത്തിക്കും. സന്ധ്യാസമയത്തെ ആ ദീപപ്പൊലിമ കാണാൻ എന്തൊരു ഭംഗിയാണെന്നോ! താൻ തെളിച്ച ദീപത്തിന്റെ പൊൻകതിർപ്രഭ നോക്കി എല്ലാ ദൈവ ങ്ങളെയും മനസ്സിൽ ധ്യാനിച്ചുകൊണ്ട് ഏറെനേരം മീനു അങ്ങനെ നിൽക്കും. പഠിത്തത്തിലും സ്വഭാവത്തിലും ഈശ്വരകടാക്ഷമുണ്ടാകണേ എന്നവൾ മനസ്സുരുകി പ്രാർ ത്ഥിക്കും. മീനുവിനോടൊപ്പം കൂട്ടുകാരും പ്രാർത്ഥനയിൽ പങ്കാളികളാകും. അതിനുശേഷം സ്കൂളിലെ വിശേഷങ്ങളും പരസ്പരം പങ്കുവച്ചാണവർ പിരിയുന്നത്.

ഇതൾ രണ്ട്

അന്ന് ഹാജരെടുത്ത് കഴിഞ്ഞ് ക്ലാസ് ആരംഭിക്കുന്നതിന് മുൻപായി ക്ലാസ് ടീച്ചറായ ജലജടീച്ചർ കുട്ടികളോട് ഒരു ലഘു പ്രഭാഷണം നടത്തി. സ്കൂളിൽ സയൻസ് ക്ലബ്ബ് പോലുള്ള പല ക്ലബ്ബുകളും പ്രവർത്തിക്കുന്നുണ്ടെന്ന് എല്ലാവർക്കും അറിയാമല്ലോ എന്നു പറഞ്ഞാണ് തുടങ്ങിയത്. എന്നാൽ അതിനേക്കാൾ പ്രധാനമായും തുടങ്ങേണ്ട മറ്റൊരു ക്ലബ്ബിനെക്കുറിച്ചാണ് ടീച്ചർ പിന്നീട് പറഞ്ഞത്. 'പരിസ്ഥിതി ക്ലബ്ബ്' എന്നാണതിന്റെ പേര്. കമ്പോളത്തിൽ നിന്ന് നാം വാങ്ങുന്ന പച്ചക്കറികളിലെയും പഴവർഗങ്ങളിലെയും വിഷത്തെപ്പറ്റി ടീച്ചർ വിശദീകരിച്ചു പറഞ്ഞു.

ഭക്ഷ്യവസ്തുക്കൾക്കുവേണ്ടി പ്രധാനമായും അന്യസംസ്ഥാനങ്ങളെ ആശ്രയിക്കുന്ന നമ്മൾ കേരളീയർ അവിടെ നിന്നും എത്തുന്ന പഴങ്ങളിലും പച്ചക്കറികളിലും പ്രയോഗിക്കുന്ന മാരകമായ രാസവളങ്ങളെക്കുറിച്ചും കീടനാശിനികളെക്കുറിച്ചും ഇനിയെങ്കിലും ബോധവാന്മാരാകേണ്ടതിന്റെ ആവശ്യകതയെക്കുറിച്ച് വളരെ വിശദമായി തന്നെ ടീച്ചർ വിവരിച്ചു.

ഇവയുടെ നിരന്തരമായ ഉപയോഗം കൊണ്ട് നമ്മുടെ നാട്ടിൽ ക്യാൻസർ പോലെയുള്ള മാരകമായ രോഗങ്ങൾ പടർന്നു പിടിക്കുന്നു. അതിൽ നിന്നും മോചനം നേടാനുള്ള ഒരേയൊരു പോംവഴി നമ്മൾ പ്രകൃതിയോട് ഇണങ്ങിച്ചേരുക

എന്നുള്ളതാണ് രാസവളങ്ങളും കീടനാശിനികളും ഉപയോഗിക്കാതെ ജൈവവളങ്ങളും ജൈവകീടനാശിനികളും ഉപയോഗിച്ച് പ്രകൃതിയെ ദ്രോഹിക്കാത്ത രീതിയിൽ പച്ചക്കറികളും പഴവർഗ്ഗങ്ങളും കൃഷി ചെയ്യുകയാണ് പ്രധാനമായും വേണ്ടത്. ഇതിന്റെ പ്രചരണാർത്ഥം ആണ് സ്കൂളിൽ 'പരിസ്ഥിതി ക്ലബ്' തുടങ്ങാൻ പോകുന്നത്. എന്ന് ടീച്ചർ പറഞ്ഞു. അതിനായി എല്ലാ ക്ലാസിലെയും പ്രതിനിധികളെ ഉൾപ്പെടുത്തി ഇന്ന് മൂന്നു മണിക്ക് ഒരു യോഗം വിളിച്ചിട്ടുണ്ടെന്നും ക്ലാസ്സിലെ താത്പര്യമുള്ള കുട്ടികളെല്ലാവരും പങ്കെടുക്കണമെന്നും നോട്ടീസ് പുറകെ വായിക്കുമെന്നും ടീച്ചർ കൂട്ടിച്ചേർത്തു.

ടീച്ചർ പറഞ്ഞപ്രകാരം പരിസ്ഥിതി ക്ലബ്ബിന്റെ രൂപീകരണത്തിനായി ഒരു യോഗം അന്ന് മൂന്നു മണിക്ക് ലൈബ്രറി ഹാളിൽ കൂടുന്നതാണെന്നുള്ള നോട്ടീസ് എല്ലാ ക്ലാസ്സിലും വായിച്ചു. ജലജടീച്ചറിന്റെ ലഘുപ്രഭാഷണം കഴിഞ്ഞപ്പോഴേ മീനു വളരെ ഉത്സാഹവതിയായി. തീർച്ചയായും താൻ ഈ ക്ലബ്ബിൽ അംഗമാകുമെന്ന് അവൾ മനസ്സിൽ ഉറപ്പിച്ചു. കാരണം അവൾക്ക് അത്രയേറെ താത്പര്യമുള്ള വിഷയമായിരുന്നു അത്. അന്നേ ദിവസം മൂന്നു മണിയായപ്പോഴേക്കും ലൈബ്രറി ഹാൾ കുട്ടികളെക്കൊണ്ട് നിറഞ്ഞു. മറ്റ് ക്ലബ്ബുകൾ രൂപീകരിക്കുമ്പോൾ ഉള്ളതിനേക്കാൾ വ്യത്യസ്തമായ കൂട്ടായ്മയാണ് ഇവിടെ കാണാൻ കഴിഞ്ഞത്. സൗമിനി ടീച്ചറും ശാലിനി ടീച്ചറും യോഗത്തെ അഭിസംബോധന ചെയ്ത് സംസാരിച്ചു. ജലജടീച്ചറും സ്കൂൾ ഹെഡ്മിസ്ട്രസ്സും പരിസ്ഥിതി പ്രശ്നങ്ങളെക്കുറിച്ച് ലഘുവായ ഒരു വിവരണവും നൽകി.

ശാലിനിടീച്ചർ വളരെ വിശദമായിത്തന്നെ പരിസ്ഥിതിയുടെ പ്രാധാന്യത്തെക്കുറിച്ചും പരിസ്ഥിതി ക്ലബ്ബ് രൂപീകരിക്കേണ്ട ആവശ്യകതയെക്കുറിച്ചും കുട്ടികളെ ബോധവൽക്കരിച്ചു. ടീച്ചറുടെ ഈ വിശദീകരണം കേട്ട് കുട്ടികൾ ഒന്നടങ്കം

അതിൽ ലയിച്ചിരുന്നു പോയി. കുട്ടികൾക്ക് പാഠപുസ്തകങ്ങളിൽനിന്നും ലഭ്യമായ അറിവിനേക്കാളും വ്യത്യസ്തമായ അറിവുകളാണ് കിട്ടിക്കൊണ്ടിരുന്നത്. കുട്ടികൾക്ക് മുഷിച്ചിലില്ലെന്ന് മനസ്സിലാക്കിയ ടീച്ചർ തന്റെ പ്രഭാഷണം തുടർന്നു.

"മലകൾ അറുത്ത് മാറ്റിയും പാറകൾ പൊട്ടിച്ചും പാറമടകൾ സൃഷ്ടിച്ചുകൊണ്ടിരിക്കുന്ന സ്ഥിതിവിശേഷമാണ് ഇന്നുള്ളത്. ഇത്തരം പ്രദേശങ്ങളുടെ സന്തുലിതാവസ്ഥ തന്നെ മാറിമറിഞ്ഞുകൊണ്ടിരിക്കുകയാണ്. തുടർച്ചയായി ഉണ്ടാകുന്ന ഉരുൾപൊട്ടലും മറ്റും ഇതിന്റെ ഫലമായുണ്ടാകുന്നതാണ് പാറ പൊട്ടിക്കുമ്പോഴുള്ള ചീളുകൾ തെറിച്ച് സമീപത്ത് താമസിക്കുന്ന ആളുകൾക്ക് പരിക്ക് പറ്റിക്കൊണ്ടിരിക്കുന്നു. കെട്ടിടങ്ങൾക്കും ക്ഷതമുണ്ടാകുന്നു.

മലകൾ അറുത്തു മാറ്റിയ ഇടങ്ങൾ ഊഷരഭൂമിയായിക്കൊണ്ടിരിക്കുന്നു. അവിടെ ആധിപത്യമുറപ്പിച്ച് അവർ അടുത്ത മലകൾ അറുത്ത് മാറ്റുന്നു. വയലുകൾ നിരത്തി കരഭൂമിയാക്കുന്നു. ഫാക്ടറികളിൽ നിന്നും പുറന്തള്ളുന്ന മാലിന്യം കൊണ്ട് നദീജലവും പുഴകളും കടലുമെല്ലാം മലിനമാക്കപ്പെടുന്നു.

നമ്മൾ ഇന്നു നേരിടുന്ന ഏറ്റവും വലിയ പ്രശ്നം പരിസര മലിനീകരണം ആണെന്ന കാര്യത്തിൽ യാതൊരു സംശയ വുമില്ല. ഇതിന്റെ നിർമ്മാർജ്ജനത്തിന് നിങ്ങൾ കുട്ടികൾക്ക് എത്രമാത്രം പങ്കാളിത്തം വഹിക്കാനാകും? കുറഞ്ഞപക്ഷം അവരവരുടെ വീടും പരിസരവും ഒപ്പം സ്കൂളും പരിസരവും വൃത്തിയായി സൂക്ഷിക്കാൻ നമ്മൾക്ക് സാധിക്കാവുന്നതേ യുള്ളൂ.

ഓരോരുത്തരും അവരവരുടെ വീടുകളിൽ കുന്നുകൂടുന്ന പ്ലാസ്റ്റിക്കും പാഴ്വസ്തുക്കളും പ്രത്യേകമായി ശേഖരിക്കുക. പ്ലാസ്റ്റിക് വസ്തുക്കൾ അത് വാങ്ങുന്നവർക്ക് വിൽക്കാം. മറ്റ് മാലിന്യങ്ങൾ പറമ്പിൽ ഒരു വേസ്റ്റ്കുഴിയുണ്ടാക്കി അതിൽ നിക്ഷേപിച്ച് കമ്പോസ്റ്റാക്കി മാറ്റാം. ഇത് നല്ലൊരു ജൈവവ ളമാക്കി പിന്നീട് ഉപയോഗിക്കാം."

ശാലിനിടീച്ചറുടെ ഈ വിശദീകരണത്തോടെ കുട്ടി കളെല്ലാം പരിസ്ഥിതി നേരിടുന്ന ദൂഷ്യവശങ്ങളെപ്പറ്റി തികച്ചും ബോധവാന്മാരായി. പരിസ്ഥിതിക്കു വേണ്ടി പ്രവർത്തിക്കുവാൻ എല്ലാവരും ഒത്തൊരുമിച്ച് പ്രവർത്തി ക്കണം എന്നു പറഞ്ഞുകൊണ്ട് ടീച്ചർ തന്റെ പ്രഭാഷണം അവസാനിപ്പിച്ചു തുടർന്ന് ഹെഡ്മിസ്ട്രസ് പരിസ്ഥിതി ക്ലബ്ബിന്റെ ഉദ്ഘാടനം നിർവഹിച്ചു. യോഗാവസാനം അദ്ധ്യാ പകരുടെ ഭാഗത്തുനിന്നും കോ-ഓർഡിനേറ്ററന്മാരായി സാബിത്ത് സാറിനെയും മാത്യു സാറിനെയും തിരഞ്ഞെ ടുത്തു. കൂടാതെ ഇവരുടെ പ്രവർത്തനങ്ങൾക്ക് ഊർജ്ജം പകരാനായി വേണുസാർ, മിനി ടീച്ചർ, ജോയിസ് ടീച്ചർ തുട ങ്ങിയ അദ്ധ്യാപകരെയും തിരഞ്ഞെടുത്തു.

വിദ്യാർത്ഥികളുടെ ഭാഗത്തുനിന്നും എല്ലാവരുടെയും അഭി പ്രായപ്രകാരം മീനുവിനെയാണ് പരിസ്ഥിതി ക്ലബ്ബിന്റെ കൺവീനറായി തിരഞ്ഞെടുത്തത്. മീനുവിനെ സഹായിക്കു ന്നതിനായി രേണു, നന്ദു, കൃഷ്ണദത്ത്, സലിം, വിഷ്ണു,

ജോൺ, വിനീത്, ശാരിക തുടങ്ങിയ കുട്ടികളെയും തിരഞ്ഞെടുത്തു. എല്ലാവരുടെയും കൂട്ടായപ്രവർത്തനമാണ് പരിസ്ഥിതിക്ലബ്ബിന് വേണ്ടതെന്ന് ഹെഡ്മിസ്ട്രസ് അഭിപ്രായപ്പെട്ടു. അതുപ്രകാരം അടുത്ത ദിവസം മുതൽ അദ്ധ്യാപകരുടെ മേൽനോട്ടത്തിൽ പരിസ്ഥിതിക്ലബ്ബിന്റെ പ്രവർത്തനം തുടങ്ങാൻ തീരുമാനിച്ച് യോഗം അവസാനിപ്പിച്ചു.

സ്കൂൾ വിട്ട് അന്ന് പതിവിലും സന്തോഷവതിയാണ് മീനു വീട്ടിലെത്തിയത്. അമ്മയോടും അച്ഛനോടും അന്ന് സ്കൂളിൽ നടന്ന വിശേഷങ്ങളെല്ലാം അവൾ വിശദമായി പറഞ്ഞു.

“ശരിയാ നമ്മളും ഇപ്പോൾ പ്ലാസ്റ്റിക് കൂടുതലായി ഉപയോഗിക്കുന്നുണ്ട്. പതുക്കെ നമുക്കും ഇതിന്റെ ഉപയോഗം പൂർണമായും ഒഴിവാക്കണം.” അച്ഛൻ തന്റെ അഭിപ്രായം പറഞ്ഞു.

“അതെ, നമ്മുടെ കാവിന്റെ പരിസരത്തും ആളുകൾ പ്ലാസ്റ്റിക് കവറുകൾ കൊണ്ടെറിയുന്നുണ്ട്. എന്തെങ്കിലും ചെയ്യണം.” അമ്മ തന്റെ നിർദ്ദേശം മുന്നോട്ടു വെച്ചു.

പിറ്റേദിവസം പ്ലാസ്റ്റിക് കവറിനു പകരം ഒരു തുണിസഞ്ചി ഉണ്ടാക്കി അതിലാണ് മീനു ഭക്ഷണപ്പൊതി എടുത്തത്. മീനു സ്കൂളിൽ എത്തിയപ്പോൾ കുട്ടികളെല്ലാവരും വളരെ അതിശയത്തോടെ അവളെ നോക്കി.

“ഇന്നു മുതൽ ഞാൻ കഴിവതും പരിസ്ഥിതിക്ക് ദോഷം വരാത്ത വസ്തുക്കൾ ഉപയോഗിക്കാൻ ശ്രമിക്കും.”

മീനു എല്ലാവരോടുമായി പറഞ്ഞു.

ശാലിനിടീച്ചർ മീനുവിനെ അഭിനന്ദിച്ചു.

“ഞങ്ങളും ഇന്നു മുതൽ പ്രകൃതിക്ക് ദോഷമായതൊന്നും ചെയ്യില്ല.”

മീനുവിന്റെ കൂട്ടുകാർ കയ്യടിയോടെ പറഞ്ഞു.

ഉച്ചഭക്ഷണത്തിനു ശേഷം ക്ലബ്ബിലെ അംഗങ്ങളായ കുട്ടികൾ സ്കൂൾ വളപ്പിൽ ഒത്തുചേർന്നു.

“കളിസ്ഥലം കഴിഞ്ഞുള്ള ബാക്കിഭാഗങ്ങൾ പച്ചക്കറി കൃഷിക്കായി നമുക്കുപയോഗിക്കാം.” എല്ലാവരും അഭിപ്രായപ്പെട്ടു.

കുട്ടികൾ എല്ലാവരും ചേർന്ന് വാഴക്കന്നും പച്ചക്കറി വിത്തുകളും നട്ടു. മറ്റൊരു കൂട്ടർ ചേർന്ന് വെള്ളമൊഴിക്കാനും തയ്യാറായി. കൺവീനർ എന്ന നിലയിൽ മീനു എല്ലാ പ്രവർത്തനങ്ങളിലും പങ്കാളിയായി.

വളവും വെള്ളവും നൽകി വാഴക്കൃഷിയും പച്ചക്കറി ക്കൃഷിയും സംരക്ഷിച്ചതോടെ അവയുടെ വിളവെടുപ്പ് നല്ല രീതിയിലായി. സ്കൂളിലെ ആവശ്യം കഴിഞ്ഞുള്ള പച്ചക്കറികൾ നാട്ടുകാർക്ക് ന്യായമായ വിലയ്ക്ക് നൽകി കിട്ടുന്ന തുക ക്ലബ്ബിന്റെ പ്രവർത്തനങ്ങൾക്കായി വിനിയോഗിക്കാമെന്ന ഒരു നിർദ്ദേശം മാത്യുസാർ മുന്നോട്ടുവെച്ചു. എല്ലാവരും അത് അംഗീകരിച്ചു. അങ്ങനെ ക്ലബ്ബിന്റെ പ്രവർത്തനങ്ങൾക്കാവശ്യമായ തുക അവർ കണ്ടെത്തി.

പരിസരമലിനീകരണം ആയിരുന്നു ക്ലബ്ബിന്റെ മുന്നിൽ വന്ന മറ്റൊരു നീറുന്ന പ്രശ്നം. കുട്ടികൾ ക്ലാസ്മുറികളിലും പരിസരങ്ങളിലും വലിച്ചെറിയുന്ന കടലാസ് തുണ്ടും പ്ലാസ്റ്റിക് കവറുകളും പേനകളും മറ്റും ശേഖരിച്ച് കടലാസ് പോലുള്ളവ ഒരു ബക്കറ്റിലും പ്ലാസ്റ്റിക് വസ്തുക്കൾ മറ്റൊരു ബക്കറ്റിലും നിക്ഷേപിക്കുവാൻ സാബിത്ത് സാർ കുട്ടികളോട് നിർദ്ദേശിച്ചു. ഇതുപ്രകാരം ഭക്ഷണാവശിഷ്ടം, പ്ലാസ്റ്റിക് എന്നിങ്ങനെ എഴുതി വെച്ച ബക്കറ്റുകളിൽ കുട്ടികൾ മാലിന്യം നിക്ഷേപിച്ചു തുടങ്ങി. അടുത്ത മുനിസിപ്പാലിറ്റിയിൽ നിന്നും മാലിന്യ സംസ്കരണ യൂണിറ്റ് എത്തി മാലിന്യങ്ങൾ ശേഖരിച്ചു കൊണ്ടുപോകും.

“നമ്മുടെ സ്കൂൾ ഇപ്പോൾ കാണാൻ എന്തു വൃത്തിയാ...” രേണു പറഞ്ഞു.

“അതേയതേ ഇപ്പോൾ നമുക്ക് മാലിന്യം ഒന്നും തന്നെ ഈ പരിസരത്തേക്ക് വലിച്ചെറിയാൻ തോന്നാറേയില്ല.”

വിഷ്ണു രേണുവിന്റെ അഭിപ്രായത്തെ പിൻതാങ്ങി.

“നിങ്ങളുടെ ഒത്തൊരുമിച്ചുള്ള പ്രവർത്തനം കൊണ്ടാണ് ഇങ്ങനെ ഒരു മാറ്റം ഉണ്ടായത്.”

സാബിത്ത് സാർ പറഞ്ഞു.

“കൺവീനർ എന്ന നിലയിൽ മീനു ഇതിന് പ്രത്യേകം അഭിനന്ദനം അർഹിക്കുന്നു.” സാർ കൂട്ടിച്ചേർത്തു.

കൺവീനർ ആണെങ്കിലും അതിന്റെ ഒരു അധികാരമോ അഹംഭാവമോ മീനു കാണിച്ചില്ല. എല്ലാ തരക്കാരായ കുട്ടികളോടും അവൾ സഹകരിച്ചു പോന്നു. മറ്റ് കുട്ടികൾ മാലിന്യം പരിസരങ്ങളിലേക്ക് വലിച്ചെറിയുമ്പോൾ കാര്യങ്ങൾ അവരെ പറഞ്ഞ് മനസ്സിലാക്കി അത് എടുപ്പിച്ച് ബക്കറ്റുകളിൽ നിക്ഷേപിക്കുവാൻ മീനു ശ്രമിച്ചു പോന്നു. മീനുവിനെപ്പോലെ അവളുടെ കൂട്ടുകാരും ഒരുമയോടെ പ്രവർത്തിച്ചു.

എട്ടാം ക്ലാസ്സുകാരിയായ മീനുവിന്റെ പ്രവർത്തനങ്ങൾ കണ്ട് മുതിർന്ന കുട്ടികളും ഈ പ്രവർത്തനങ്ങളിൽ പങ്കാളികളായി. അദ്ധ്യാപകരുടെയും കുട്ടികളുടെയും ഒത്തൊരുമിച്ചുള്ള പ്രവർത്തനഫലമായി സ്കൂളിലെ ‘പരിസ്ഥിതി ക്ലബ്ബ്’ നാട്ടുകാരുടെ ശ്രദ്ധ പിടിച്ചുപറ്റുവാൻ തുടങ്ങി. അങ്ങനെ സ്കൂൾ പരിസ്ഥിതി ക്ലബ്ബിന്റെ പ്രവർത്തനം നാൾക്കുനാൾ കരുത്താർജ്ജിച്ചു വന്നു.

ഇതൾ മൂന്ന്

മീനുവിന്റെ സ്കൂളിലെ പരിസ്ഥിതി ക്ലബ്ബിനെപ്പറ്റി പത്രദ്വാര അറിഞ്ഞതോടെ സമീപസ്കൂളുകളിലും പരിസ്ഥിതി ക്ലബ്ബുകൾ രൂപീകരിക്കുകയും ജൈവപച്ചക്കറിക്കൃഷി തുടങ്ങുകയും ചെയ്തു. കേട്ടറിഞ്ഞ് കേട്ടറിഞ്ഞ് കേരളത്തിലെ ഒട്ടുമിക്ക സ്കൂളുകളും ഈ പ്രവർത്തനങ്ങൾ പിന്തുടരുവാൻ തുടങ്ങി. വിദ്യാഭ്യാസമന്ത്രി നേരിട്ടെത്തി മീനുവിന്റെ സ്കൂളിലെ അദ്ധ്യാപകരെയും വിദ്യാർത്ഥികളെയും അഭിനന്ദിച്ചു. മുന്നോട്ടുള്ള അവരുടെ പ്രവർത്തനത്തിന് അത് പ്രചോദനമായി.

തുടർപ്രവർത്തനം, മെച്ചപ്പെടുത്തുന്നതിലേക്കായി അദ്ധ്യാപകരും വിദ്യാർത്ഥികളും ഉൾപ്പെട്ട ഒരു സ്ഥിരം കമ്മറ്റി രൂപീകരിച്ചു. സജിത് സാറിന് ചികിത്സയ്ക്കുവേണ്ടി ലീവെടുക്കേണ്ടി വന്നതിനാൽ ഹെഡ്മിസ്ട്രസ് കോ-ഓഡിനേറ്റർ സ്ഥാനം വേണുസാറിന് നൽകി. കുട്ടികളുടെ നേതൃത്വം മീനുവിനു തന്നെ തുടർന്നു നൽകി. ഓരോ യോഗത്തിലും പരിസ്ഥിതി നേരിടുന്ന നാശത്തെപ്പറ്റിയും അവയ്ക്ക് സ്വീകരിക്കാവുന്ന പരിഹാരമാർഗ്ഗങ്ങളെപ്പറ്റിയും അദ്ധ്യാപകർ കുട്ടികളെ ബോധവൽക്കരിക്കുക പതിവായി. മാലിന്യസംസ്കരണം മുൻപത്തെപ്പോലെ തന്നെ മുന്നോട്ട് കൊണ്ടുപോകണമെന്ന് കുട്ടികൾക്ക് നിർദ്ദേശം നൽകി. സ്കൂൾവളപ്പിൽ വാഴകൃഷിയും പച്ചക്കറികൃഷിയും ഒന്നുകൂടി കാര്യക്ഷമമായി നടത്തണമെന്നും യോഗത്തിൽ നിർദ്ദേശം വന്നു.

ഒരു ദിവസം പച്ചക്കറികൃഷി നടത്തിക്കൊണ്ടിരിക്കുമ്പോഴാണ് കോ-ഓർഡിനേറ്റർ വേണുസാർ കുട്ടികളുടെ ശ്രദ്ധ മറ്റൊരു വിഷയത്തിലേക്ക് തിരിച്ചുവിട്ടത്.

"നമ്മളിപ്പോൾ നമ്മുടെ സ്കൂൾ പരിസരത്ത് ജൈവരീതിയിൽ പച്ചക്കറികൃഷി നടത്തുന്നു. ഇത് ഏറ്റവും ജനോപകാരപ്രദമായ ഒരു പ്രവൃത്തിയല്ലേ? നിങ്ങൾക്കെന്ത് തോന്നുന്നു." വേണുസാർ കുട്ടികളോടു ചോദിച്ചു.

"നല്ല പ്രവൃത്തിയാണ് സാർ." കുട്ടികൾ ഒന്നടങ്കം പ്രതികരിച്ചു.

"കുട്ടികളുടെ ശാരീരികവും മാനസികവുമായ ഉന്നമനത്തിന് ഇത് പ്രയോജനപ്പെടും." മീനുവിന്റെ പ്രതികരണം ഇതായിരുന്നു.

“വിഷലിപ്തമല്ലാത്ത പച്ചക്കറികൾ നമുക്ക് ഉപയോഗിക്കുവാൻ സാധിക്കുന്നു.” നന്ദുവിന്റെ അഭിപ്രായം ഇതായിരുന്നു. ഏവരും നന്ദുവിന്റെ അഭിപ്രായത്തെ കയ്യടിച്ച് അംഗീകരിച്ചു.

“ശരിയാണ് മീനുവിന്റെയും നന്ദുവിന്റെയും അഭിപ്രായം വളരെ ശ്രദ്ധേയമാണ്.” ശാരിക ടീച്ചർ പറഞ്ഞു.

“എങ്കിൽ ഞാൻ മറ്റൊരു പ്രധാന കാര്യം നിങ്ങളോടു പറയാൻ ആഗ്രഹിക്കുകയാണ്.” വേണു സാർ പറഞ്ഞു.

“എന്താണ് സാർ.” കുട്ടികൾ ആകാംക്ഷയോടെ ചോദിച്ചു.

“നിങ്ങൾ റോഡരികിലെ മരങ്ങളിൽ പതിപ്പിച്ചിരിക്കുന്ന ഫ്ളക്സ് ബോർഡുകൾ കണ്ടിട്ടുണ്ടോ?” സാർ ചോദിച്ചു.

“ഉണ്ട് സാർ.” എല്ലാവരും ഒരുമിച്ചു പറഞ്ഞു.

“ശരി... ഇത് കാറ്റത്തും മഴയത്തും ഇളകിപ്പോകാതിരിക്കുന്നത് എന്തുകൊണ്ടാണ്? നിങ്ങൾ ശ്രദ്ധിച്ചിട്ടുണ്ടോ?”

“ഉണ്ട് സാർ. ഫ്ളക്സ് ബോർഡിന്റെ രണ്ടു വശത്തും മരത്തോട് ചേർത്ത് വലിയ ആണികൾ തറച്ചിരിക്കുന്നത് കൊണ്ടല്ലേ അവ താഴെ പോകാത്തത്.” വിഷ്ണു പറഞ്ഞു.

“മരങ്ങൾക്ക് വേദനിക്കില്ലേ സാർ? നമ്മുടെ ദേഹത്ത് സൂചി കുത്തിത്തറയ്ക്കുമ്പോൾ ഉണ്ടാകുന്ന പോലെ വേദന ആ മരങ്ങളും സഹിച്ചിട്ടുണ്ടാകും.” നിവേദ് വിഷമത്തോടെ പറഞ്ഞു.

“നിവേദ് പറഞ്ഞത് ശരിയാണ്. ആട്ടെ, എന്തുകൊണ്ടാണ് അവയ്ക്ക് വേദനിക്കുന്നത്.” വേണുസാർ ഒരു മറുചോദ്യം ചോദിച്ചു.

“മരങ്ങൾക്കും സസ്യങ്ങൾക്കും ജീവനും വികാരവും ഉണ്ടെന്നല്ലേ സാർ ഭാരതീയ ശാസ്ത്രജ്ഞനായ ജഗദീശ് ചന്ദ്രബോസ് കണ്ടുപിടിച്ചത്. ജീവനുള്ളതുകൊണ്ടല്ലേ അവ

പടർന്ന് പന്തലിക്കുന്നത്?" ദേവിയുടെ മറുപടി വേണുസാറിന് വളരെ ഹൃദ്യമായി തോന്നി.

"പക്ഷേ നമ്മുടെ സമൂഹത്തിലെ എല്ലാവർക്കും ഇത്തരം ബോധമുണ്ടാകണമെന്നുണ്ടോ?" വേണുസാർ കുട്ടികളോട് ചോദിച്ചു.

സാർ പ്രതീക്ഷിച്ചതിൽനിന്നും വ്യത്യസ്തമായ അഭിപ്രായമാണ് കുട്ടികളിൽനിന്നും ഉണ്ടായത്.

"ഉണ്ടാകണമെന്നില്ല സാർ." അവർ ഒന്നടങ്കം പറഞ്ഞു.

ഇപ്പോഴത്തെ കുട്ടികൾ കാര്യങ്ങൾ സൂക്ഷ്മമായി മനസ്സിലാക്കുന്നുണ്ട്. സാറിന് അഭിമാനം തോന്നി.

"ശരി... എങ്കിൽ ഇതിനുവേണ്ടി നമുക്ക് എന്ത് ചെയ്യാൻ കഴിയും?" വേണുസാർ വീണ്ടും ചോദിച്ചു.

"അവരെ കാര്യങ്ങൾ പറഞ്ഞ് മനസ്സിലാക്കാനുള്ള ബോധവൽക്കരണം നടത്തണം സാർ."

ഇതു പറഞ്ഞത് മീനുവായിരുന്നു.

മീനു പറഞ്ഞതാണ് ശരി. ആദ്യം ജനങ്ങളെ ബോധവൽക്കരിക്കണം. അതിനു വേണ്ടിയുള്ള പരിപാടികൾ നമുക്ക് ആസൂത്രണം ചെയ്യാം.

മിനിടീച്ചറും ജോയിസ് ടീച്ചറും കൂടി കുട്ടികളെ പത്ത് അംഗങ്ങൾ ഉൾപ്പെടുന്ന സംഘങ്ങളായി തിരിച്ചു.

അടുത്ത ദിവസം നിരത്തിലിറങ്ങി ഫ്ളക്സ് ബോർഡുകൾ തറയ്ക്കുന്നതിനെതിരെ കച്ചവടക്കാരിലും പൊതുജനങ്ങളിലും ബോധവൽക്കരണം നടത്തണം എന്ന് എല്ലാ സംഘങ്ങൾക്കും നിർദ്ദേശം നൽകി.

"ഫ്ളക്സ് ഉപയോഗിക്കുന്നതു കൊണ്ട് പ്രകൃതിക്കുണ്ടാവുന്ന ദോഷങ്ങളെപ്പറ്റി പൊതുജനങ്ങളെ ബോധവൽക്കരിക്കേണ്ടത് വളരെ അത്യാവശ്യമാണ്. അതിനുവേണ്ടിയുള്ള

പ്രവർത്തനമായിരിക്കണം. ഇന്ന് മുതൽ പരിസ്ഥിതി ക്ലബ്ബ് സ്വീകരിക്കേണ്ടത്."

വേണു സാർ പറഞ്ഞു.

"ശരി... നിങ്ങൾ ഇത്രയും നേരം ഇരുന്നതല്ലേ, ഇനിയും എല്ലാവരും വെള്ളമൊക്കെ കുടിച്ച് വിശ്രമിച്ചോളൂ... ശരി എല്ലാവർക്കും പിരിഞ്ഞു പോകാം."

സാറിന്റെ നിർദ്ദേശപ്രകാരം കുട്ടികളെല്ലാം അവരവരുടെ ക്ലാസ്സുകളിലേക്ക് പോയി.

ഇതൾ നാല്

പിറ്റേ ദിവസം മീനുവും കൂട്ടുകാരും പതിവിലും നേരത്തേ സ്കൂളിലെത്തി കഴിഞ്ഞ ദിവസം വേണു സാർ നിർദ്ദേശിച്ച തനുസരിച്ച് മീനു ക്ലബ്ബിലെ അംഗങ്ങളെയെല്ലാം സ്കൂൾ മുറ്റത്തെ മാവിൻചുവട്ടിൽ വിളിച്ചു കൂട്ടി. കൺവീനർ എന്ന നിലയിൽ മീനു തന്റെ കൂട്ടുകാരോടായി പറഞ്ഞു.

"വേണു സാർ പറഞ്ഞതനുസരിച്ച് ഇന്ന് ഉച്ചഭക്ഷണ ത്തിനുശേഷം സാറിന്റെ നേതൃത്വത്തിൽ നമ്മൾ അംഗ ങ്ങളെല്ലാം കൂടി നിരത്തിലിറങ്ങി കഴിയുന്നത്ര ആൾക്കാരെ ബോധവൽക്കരിക്കണം. കച്ചവടക്കാരേയും പറഞ്ഞ് ബോദ്ധ്യ പ്പെടുത്തണം... എന്താ എല്ലാവരും റെഡിയല്ലേ?

"റെഡിയാണ്. ഞങ്ങളെല്ലാം റെഡിയാണ്." കുട്ടികളെല്ലാം ഒരു പോലെ പറഞ്ഞു.

"ശരി, എങ്കിൽ നമുക്ക് ഉച്ചഭക്ഷണത്തിനുശേഷം കാണാം കൂട്ടുകാരേ" മീനു പറഞ്ഞു.

ഉച്ചഭക്ഷണശേഷം എല്ലാവരും മാവിൻചുവട്ടിൽ ഒത്തു കൂടി വേണുസാറിനോടൊപ്പം മറ്റ് അദ്ധ്യാപകരും വന്നു കഴിഞ്ഞു. കഴിഞ്ഞ ദിവസം തിരിച്ചതനുസരിച്ച് ഓരോ സംഘങ്ങളും ഓരോ അദ്ധ്യാപകരുമായി നിരത്തിലേക്കിറങ്ങി. ഫ്ളക്സ് പരി സ്ഥിതിക്കുണ്ടാകുന്ന ദോഷങ്ങളെക്കുറിച്ചും ഈ ഫ്ളക്സു കൾ മരങ്ങളിൽ തറയ്ക്കുമ്പോൾ അവയ്ക്കുണ്ടാകുന്ന

ദോഷത്തെക്കുറിച്ചുമെല്ലാം വഴിയാത്രക്കാർക്കും കച്ചവട ക്കാർക്കുമെല്ലാം മനസ്സിലാക്കിക്കൊടുത്തു.

മരങ്ങളിൽ ആണി തുളച്ചുകഴിയുമ്പോഴുണ്ടാകുന്ന നൊമ്പരത്തേക്കാളുപരിയായി മനുഷ്യർക്ക് വ്രണങ്ങളിലൂടെ ഇൻഫെക്ഷൻ ഉണ്ടാകുന്നതു പോലെ പല വൈറസുകളും മരത്തിലെ മുറിവുകളിൽക്കൂടി കടന്നുകൂടി വൃക്ഷങ്ങളെ ദ്രവി പ്പിക്കുന്നു. അതിന്റെ പരിണതഫലമായി മരങ്ങൾ ഒടിഞ്ഞു വീഴുന്നു. അപ്രതീക്ഷിതമായ ഈ വീഴ്ചയിൽ വൈദ്യുതി ക്കമ്പികൾ പൊട്ടിപ്പോവുന്നു. അതുപോലെ ഈ മരങ്ങളും ഫ്ളക്സുകൾ തന്നെയും മറിഞ്ഞുവീണ് വാഹനങ്ങൾക്കും എന്തിന് മനുഷ്യനു വരെയും നാശം സംഭവിക്കാം. തണ ലിനുവേണ്ടി വഴിയോരങ്ങളിൽ നമ്മൾ നട്ടു വളർത്തുന്ന മര ങ്ങളിൽ ഇങ്ങനെ ഫ്ളക്സുകൾ തറയ്ക്കുന്നതു മൂലം ആ തണൽ നമുക്ക് നഷ്ടപ്പെടുകയാണ്. ഇവയ്ക്ക് സംരക്ഷണം നൽകേണ്ടത് നമ്മുടെ ആവശ്യകതയാണെന്ന് ക്ലബ്ബ് അംഗ ങ്ങൾ ഏവരേയും ഉദ്ബോധിപ്പിച്ചുകൊണ്ടിരുന്നു. മീനുവും കൂട്ടുകാരും പരിസരവാസികളായ കുറെ ആളുകൾക്ക് ഇത്തര ത്തിൽ വിശദീകരണം നൽകി.

“കണ്ടാൽ എന്തു ഭംഗിയിലാ ഈ ഫ്ളക്സൊക്കെ. ഇവ ഇത്രയ്ക്ക് നാശമുണ്ടാക്കുമോ എന്റെ റബ്ബേ...”

സ്കൂളിനു മുന്നിൽ ചായക്കട നടത്തുന്ന കോയാക്കാന്റെ ആത്മഗതം ഇങ്ങനെയായിരുന്നു.

‘‘കുഞ്ഞുങ്ങളേ, നിങ്ങൾ പറഞ്ഞത് ഏതായാലും നന്നായി. ഇനി ഫ്ളക്സ് തറയ്ക്കാൻ അവന്മാര് ഇങ്ങ് വരട്ടെ, ശരിയാക്കിക്കൊടുക്കാം.” തയ്യൽക്കടക്കാരൻ മത്തായിച്ചേട്ടൻ പറഞ്ഞു.

ചെറിയ മീറ്റിങ്ങുകൾ കൂടിയും പൊതുയോഗങ്ങൾ സംഘ ടിപ്പിച്ചും ഇത്തരം ബോധവൽക്കരണപ്രവർത്തനങ്ങൾ

സമിതി വിവിധ കേന്ദ്രങ്ങളിൽ നടത്തിക്കൊണ്ടിരുന്നു. ഏതായാലും ഇത്തരം പ്രവർത്തനങ്ങൾ ആളുകളിൽ വലിയ മാറ്റമാണ് ഉണ്ടാക്കിയത്. കുറെയാളുകൾ ഫ്ളക്സ് ബോർഡുകൾ മാറ്റി പഴയതുപോലെ തുണികളിൽ ചായം വെച്ച് എഴുതിയ ബോർഡുകൾ തന്നെ കടകളുടെ മുൻപിൽ പ്രദർശിപ്പിക്കാൻ തുടങ്ങി. മീനുവിനും കൂട്ടുകാർക്കും ഇതുകണ്ട് വളരെ അഭിമാനം തോന്നി. തങ്ങളുടെ പ്രവർത്തനങ്ങൾ വിജയിക്കുന്നതിൽ അവർ സന്തോഷിച്ചു.

പിറ്റേ ആഴ്ച പരിസ്ഥിതിക്ലബ്ബിന്റെ ഒരു വിലയിരുത്തൽ യോഗം നടന്നു.

“നമ്മുടെ പ്രവർത്തനങ്ങൾ ഏറക്കുറെ വിജയം കണ്ടു. എങ്കിലും ഇതൊന്നും പൂർണമായും നിർത്തലാക്കാൻ നമുക്ക് കഴിയില്ല. അതുകൊണ്ട് വിവരങ്ങളെല്ലാം ചൂണ്ടിക്കാട്ടി അധികൃതസ്ഥാനങ്ങളിൽ നമുക്ക് ഒരു നിവേദനം നൽകിയാൽ എന്താ... എന്താണ് എല്ലാവരുടെയും അഭിപ്രായം?” വേണു സാർ ചോദിച്ചു.

“വളരെ നല്ലതാണ് സാർ.” മറ്റുള്ളവരും അതിനെ പിന്തുണച്ചു.

അതിൻപ്രകാരം പരിസ്ഥിതിമന്ത്രിക്കും ജില്ലാ കളക്ടർക്കും പഞ്ചായത്ത് മുനിസിപ്പൽ അധികാരികൾക്കും പരാതി സമർപ്പിച്ചു.

സ്കൂൾ പരിസ്ഥിതി ക്ലബ്ബിന്റെ പ്രവർത്തനങ്ങളെപ്പറ്റി മാധ്യമങ്ങൾ വഴി അറിഞ്ഞ് പല ഭാഗങ്ങളിൽനിന്നും ക്ലബ്ബിന് അഭിനന്ദനങ്ങൾ അറിയിച്ചുകൊണ്ടുള്ള സന്ദേശങ്ങൾ വന്നുകൊണ്ടിരുന്നു. പരാതിയിൽ പ്രകാരം സത്വരനടപടികൾ സ്വീകരിക്കാമെന്ന് ബന്ധപ്പെട്ട കേന്ദ്രങ്ങളിൽനിന്നും അറിയിപ്പും ലഭിച്ചു.

പരിസ്ഥിതി ക്ലബ്ബിന്റെ പ്രവർത്തനം വിജയകരമായി ആറുമാസങ്ങൾ പിന്നിട്ടു.

പിറ്റേ ദിവസം ജനുവരി 26ന് പരിസ്ഥിതി ക്ലബ്ബിന്റെ നേതൃത്വത്തിൽ ഒരു ക്ലാസ് സംഘടിപ്പിക്കുന്നതാണെന്നും എല്ലാ കുട്ടികളും അതിൽ പങ്കെടുക്കണമെന്നും ക്ലാസ്സുകളിൽ നോട്ടീസ് വായിച്ചു.

പിറ്റേ ദിവസം റിപ്പബ്ലിക് ദിന ആഘോഷങ്ങളെല്ലാം വളരെ നല്ല രീതിയിൽ നടന്നു. അതിനുശേഷം കുട്ടികളെല്ലാം ഓഡിറ്റോറിയത്തിലേക്ക് വന്നിരിക്കണമെന്ന് അദ്ധ്യാപകർ അറിയിച്ചു.

മീനുവും കൂട്ടുകാരും മുൻപിൽത്തന്നെ സ്ഥാനമുറപ്പിച്ചു.

"ജില്ലയിലെ ശാസ്ത്ര കൗൺസിലിന്റെ പ്രസിഡന്റ് ശ്രീമാൻ ശ്രീനാഥ് സാർ ഇവിടെ നിങ്ങൾക്കായി ക്ലാസ്സ് എടുക്കാൻ എത്തിച്ചേർന്നിട്ടുണ്ട്. അദ്ദേഹത്തെ ഞാൻ സ്വാഗതം ചെയ്യുന്നു." ഹെഡ്മിസ്ട്രസ് ആമുഖമായി പറഞ്ഞു.

"പ്രിയപ്പെട്ട കുഞ്ഞുങ്ങളേ..." ശ്രീനാഥ് സാർ കുട്ടികളെ അഭിസംബോധന ചെയ്ത് സംസാരിക്കുവാൻ തുടങ്ങി. "നിങ്ങളുടെ സ്കൂളിലെ പരിസ്ഥിതി ക്ലബ്ബിന്റെ പ്രവർത്തനങ്ങളെപ്പറ്റി ഞാൻ വളരെയേറെ കേട്ടിരിക്കുന്നു. ഇതിലെ ഓരോ അംഗങ്ങൾക്കും ഞാൻ ആദ്യം എന്റെ അഭിനന്ദനങ്ങൾ അറിയിക്കുകയാണ്. നിങ്ങളുടെ ഓരോ പ്രവർത്തനവും വളരെയേറെ മികച്ചവയാണ്. അത് ഇനിയും ഉയരങ്ങളിലേക്ക് എത്തട്ടെ എന്ന് ഞാൻ ആശംസിക്കുകയാണ്."

നമ്മുടെ ചുറ്റുപാടുമുള്ള കാര്യങ്ങളെപ്പറ്റി ചില കാര്യങ്ങൾ പറയുവാനാണ് ഞാൻ ഇന്ന് വന്നത്. നമുക്ക് ശ്വസിക്കുവാൻ വേണ്ടത് ഓക്സിജനാണെന്നും അവ നമുക്ക് തരുന്നത് വൃക്ഷങ്ങളാണെന്നും നിങ്ങൾക്കറിയാമല്ലോ? ഇലകൾ കാർബൺ ഡൈ ഓക്സൈഡ് വലിച്ചെടുക്കുന്നു. സൂര്യപ്രകാശത്തിന്റെ സാന്നിദ്ധ്യത്തിൽ 'ഫോട്ടോസിന്തസിസ്' എന്ന പ്രക്രിയയിലൂടെ ഇലകൾ ഭക്ഷണം പാകം ചെയ്യുമ്പോൾ ഓക്സിജൻ

പുറത്തേക്കു വിടുന്നു. ഇതാണ് നമ്മുടെ ജീവവായു ഓക്സിജന്റെ സഹായത്താലാണ് മനുഷ്യരും മറ്റ് ജീവജാലങ്ങളും നിലനിൽക്കുന്നത്.

പണ്ട് ജലസമൃദ്ധിയുള്ള നാടായിരുന്നു നമ്മുടേത്. പിന്നീട് കുപ്പികളിൽ വെള്ളം വിൽക്കാൻ തുടങ്ങിയപ്പോൾ നമ്മൾ അതിശയിച്ചു. പക്ഷേ, ഇപ്പോൾ നമ്മൾ കുപ്പിവെള്ളത്തെയാണ് കൂടുതലായും ആശ്രയിക്കുന്നത്. അതേപോലെ ശ്വസിക്കാനായി ഓക്സിജൻ സിലിണ്ടറുകളും പേറി നടക്കേണ്ടി വരുന്ന ഒരു അവസ്ഥ അത്ര വിദൂരമല്ല. എന്താണ് ഇതിന് കാരണം? നമ്മൾ മരങ്ങളെല്ലാം വെട്ടിനശിപ്പിക്കുന്നു. കാടുകൾ എല്ലാം അപ്രത്യക്ഷമായിക്കൊണ്ടിരിക്കുന്നു. നേരത്തെ വനമില്ലാത്ത കേരളത്തിലെ ഒരേയൊരു ജില്ല ആലപ്പുഴ ആയിരുന്നു. എന്നാൽ ഇന്ന് എല്ലാ ജില്ലകളും വനമില്ലാതെ മാറിയിരിക്കുന്നു. ഇതിനു വേണ്ടി നിങ്ങൾ കുട്ടികൾക്ക് വളരെയേറെ കാര്യങ്ങൾ ചെയ്യാൻ കഴിയും. വൃക്ഷലതാദികൾ വെട്ടിനശിപ്പിക്കുന്ന മനുഷ്യൻ പുതിയ വൃക്ഷത്തൈകൾ നട്ടുപിടിപ്പിക്കണം. പരിസ്ഥിതി ക്ലബ്ബിന്റെ നേതൃത്വത്തിൽ വൃക്ഷത്തൈകൾ വിതരണം ചെയ്യണം. നിങ്ങളുടെ സ്കൂൾ പരിസരങ്ങളിൽ പരമാവധി വൃക്ഷങ്ങൾ നട്ടുപിടിപ്പിക്കണം."

കുട്ടികൾ വളരെ ആവേശത്തോടെ ശ്രീനാഥ് സാറിന്റെ പ്രസംഗം കേട്ടിരുന്നു. സാർ തുടർന്നു.

"അതേപോലെ വാഹനങ്ങളിൽ നിന്നും ഫാക്ടറികളിൽ നിന്നുമൊക്കെ പുറന്തള്ളുന്ന വാതകങ്ങൾ അന്തരീക്ഷം മലിനമാക്കുന്നു. കാർബൺ ഡൈ ഓക്സൈഡ് പോലെയുള്ള ഹരിതഗൃഹവാതകങ്ങൾ കൊണ്ട് അന്തരീക്ഷമലിനീകരണം വളരെ തീവ്രമായിക്കൊണ്ടിരിക്കുകയാണ്. ഈ അവസ്ഥ തുടർന്നു പോയാൽ മുൻപ് ഞാൻ പറഞ്ഞതുപോലെ ഓക്സിജൻ ജാറുകളിലാക്കി കൈയ്യിൽ കൊണ്ട് നടക്കേണ്ടി വരും.

മറ്റൊരു പ്രധാന പ്രശ്നമാണ് പ്ലാസ്റ്റിക്. പ്ലാസ്റ്റിക് മണ്ണിനോട് അലിഞ്ഞുചേരാത്ത ഒരു വസ്തുവാണ്. ഇന്ന് നമ്മൾ വഴിയരികിലും മറ്റും ഒരു ശ്രദ്ധയുമില്ലാതെ പ്ലാസ്റ്റിക് വലിച്ചെറിയുകയാണ്. ഇത് ഭൂമിയിൽ ലയിച്ചുചേരാതെ ഇരുന്നാൽ നിങ്ങൾ ഭാവിതലമുറയ്ക്കാണ് ഏറ്റവും കൂടുതൽ ദോഷം നമ്മുടെ കൃഷിസ്ഥലങ്ങളെല്ലാം പ്ലാസ്റ്റിക് കൊണ്ട് നിറഞ്ഞ് കൃഷി ചെയ്യാൻ പറ്റാത്ത ഒരവസ്ഥ വന്നാൽ എന്തായിരിക്കും സ്ഥിതി? ഇനി ഇവ കത്തിച്ചാലോ അതിനേക്കാൾ ഭയാനകമാണ്. ഇവ കത്തിക്കുമ്പോഴുള്ള വിഷവാതകം ശ്വസിച്ചാൽ കാൻസർ പോലെയുള്ള മാരകരോഗങ്ങൾ ഉണ്ടാകും. ഇവയുടെ ഉപയോഗം പരമാവധി കുറയ്ക്കുകയാണ് ഏറ്റവും ഉചിതമായ മാർഗ്ഗം.

പ്ലാസ്റ്റിക് ഒഴിവാക്കി മറ്റു വസ്തുക്കൾ ഉപയോഗിച്ച് ആവശ്യമായ സാധനങ്ങൾ ഉണ്ടാക്കാനുള്ള ശ്രമം നിങ്ങളുടെ ഭാഗത്തു നിന്നും ഉണ്ടാകണം. പ്ലാസ്റ്റിക് വസ്തുക്കൾ നിങ്ങൾ വേർതിരിച്ച് അതു ശേഖരിക്കാൻ വരുന്നവർക്ക് നൽകി

നിങ്ങളുടെ സ്കൂൾ പരിസരം വൃത്തിയായി സൂക്ഷിക്കുന്നുണ്ടെന്ന് ഞാൻ അറിഞ്ഞു അതിന് പരിസ്ഥിതി ക്ലബ്ബിന് എന്റെ പ്രത്യേക അഭിനന്ദനം അറിയിക്കുകയാണ്.

ഞാൻ ഈ പറഞ്ഞ വിഷയങ്ങൾ കൂടി മുൻനിർത്തി നിങ്ങളുടെ സ്കൂളിലെ പരിസ്ഥിതി ക്ലബ്ബിന്റെ പ്രവർത്തനം ഒന്നു കൂടി ഊർജ്ജസ്വലമായി മുന്നോട്ടു കൊണ്ടുപോകണം എന്ന് പറഞ്ഞുകൊണ്ട്, നാളെ ഈ ഭൂമിയിൽ ജീവിക്കേണ്ടവരാണ് നമ്മൾ. അതുകൊണ്ട് പ്രകൃതിക്ക് ദോഷകരമായതൊന്നും നമ്മൾ ഇനിയെങ്കിലും ചെയ്യരുത് എന്ന് അഭ്യർത്ഥിച്ചു കൊണ്ട്, എന്റെ വാക്കുകൾ നിർത്തുന്നു."

നന്ദി നമസ്കാരം.

കുട്ടികൾ നിറഞ്ഞ കൈയ്യടിയോടെ ശ്രീനാഥ് സാറിന്റെ പ്രസംഗം സ്വീകരിച്ചു. പ്രസ്തുത പ്രസംഗം കുട്ടികളെ മാത്രമല്ല അദ്ധ്യാപകരെയും മറ്റു രക്ഷകർത്താക്കളേയും ഒരുപോലെ സ്വാധീനിച്ചു എന്നു തന്നെ പറയാം.

ഇതൾ അഞ്ച്

അടുത്തയാഴ്ച സന്തോഷകരമായ ഒരു വാർത്ത അറിയിക്കുവാനാണ് സ്കൂൾ അസംബ്ലി വിളിച്ചുകൂട്ടിയത്. പ്രാർത്ഥനയ്ക്കുശേഷം അസംബ്ലി ആരംഭിച്ചു.

ഹെഡ്മിസ്ട്രസ് കുട്ടികളെ അഭിസംബോധന ചെയ്ത് സംസാരിച്ചു.

"കുഞ്ഞുങ്ങളെ വളരെ സന്തോഷകരമായ ഒരു വാർത്ത നിങ്ങളെ അറിയിക്കുവാനാണ് ഈ അസംബ്ലി വിളിച്ചു കൂട്ടിയിരിക്കുന്നത്."

കുട്ടികൾ ആകാംക്ഷയോടെ ആ വാർത്തയ്ക്കായി കാതോർത്തു.

"നമ്മുടെ സ്കൂളിലെ പരിസ്ഥിതിക്ലബ്ബിന്റെ പ്രവർത്തകർ കൊടുത്ത നിവേദനത്തിന് ഫലം കണ്ടിരിക്കുന്നു. പൊതു നിരത്തുകളിൽ മരങ്ങളിലും മറ്റും തറച്ചിരിക്കുന്ന ഫ്ളക്സ് ബോർഡുകൾ നീക്കം ചെയ്യാൻ മന്ത്രിയുടെ നിർദ്ദേശം വന്നിരിക്കുന്നു. നമ്മുടെ സ്കൂളിന് ഇത് വളരെ അഭിമാനകരമായ നേട്ടമാണ്.

കുട്ടികൾ ഹർഷാരവത്തോടെ ഈ വാർത്തയെ സ്വാഗതം ചെയ്തു.

"കൂടാതെ പൊലീസ് മേധാവിയുടെ നേതൃത്വത്തിൽ ഈയാഴ്ച തന്നെ നമ്മുടെ സ്കൂൾ പരിസരങ്ങളിലെ

ഫ്ളക്സുകൾ നീക്കം ചെയ്യാൻ വരുന്നുണ്ട്. നമ്മുടെ സ്കൂളിലെ പരിസ്ഥിതി ക്ലബ്ബിന്റെ ശ്രമഫലമായാണ് ഈ നേട്ടം എന്നുള്ളത് വളരെ സന്തോഷം തരുന്ന കാര്യമാണ്. ഇതിനു വേണ്ടി പ്രവർത്തിച്ച എന്റെ സഹപ്രവർത്തകർക്കും എന്റെ പ്രിയപ്പെട്ട കുഞ്ഞുങ്ങൾ ഓരോരുത്തരോടും എന്റെ അഭിനന്ദം ഈ അവസരത്തിൽ ഞാൻ അറിയിക്കുകയാണ്. തുടർന്നും ഇതുപോലെയുള്ള ശ്രമങ്ങൾ നമ്മുടെ ക്ലബ്ബിന്റെ നേതൃത്വത്തിൽ ഉണ്ടാകണം. കൂടാതെ അടുത്ത ആഴ്ച മുതൽ വാർഷിക പരീക്ഷ ആരംഭിക്കുകയാണ് എല്ലാ കുട്ടികളും അതിനുവേണ്ടി തയ്യാറെടുക്കണം എന്നു കൂടി ഈ അവസരത്തിൽ ഞാൻ പറയുകയാണ്. ശരി, ഇനി എല്ലാവരും അവരവരുടെ ക്ലാസ്സുകളിലേക്ക് വരിവരിയായി പോകുക."

ഹെഡ്മിസ്ട്രസ് പറഞ്ഞു നിർത്തി. കുട്ടികൾ അച്ചടക്കത്തോടെ ക്ലാസ്സുകളിലേക്ക് പോയി.

അടുത്ത ദിവസം ഉച്ചയ്ക്കു മുൻപായി പൊലീസ് മേധാവിയുടെ നേതൃത്വത്തിൽ പൊലീസുകാർ വന്ന് റോഡിന്റെ ഇരുവശത്തും മരങ്ങളിൽ തൂക്കിയിട്ടിരുന്ന ഫ്ളക്സ്

ബോർഡുകൾ എടുത്തു മാറ്റി. ഒപ്പം അതിൽ തറച്ചിരുന്ന വലിയ ആണികളും പിഴുതുമാറ്റുന്നുണ്ടായിരുന്നു. ഇതിൽ പങ്കാളികളാകാൻ സ്കൂൾ പരിസ്ഥിതി ക്ലബ്ബിലെ പ്രവർത്ത കരും ഒത്തുകൂടി. ആണി ഇളക്കി മാറ്റിയപ്പോൾ ഒരു കുട്ടി പറഞ്ഞു.

"മരത്തിനിപ്പോൾ എന്തൊരാശ്വാസമായി കാണും."

"ശരിയാണ് ഓപ്പറേഷൻ കഴിഞ്ഞ് വെടിയുണ്ടയെടുക്കു മ്പോഴുള്ള ആശ്വാസം പോലെ." ഗോകുൽ പറഞ്ഞു.

ഈ സമയത്ത് വീഥിയിൽ നിലയുറപ്പിച്ച സ്കൂൾ പരി സ്ഥിതി പ്രവർത്തകരെല്ലാം ജയ് ജയ് ജി.ബി.എച്ച്.എസ്, ജയ് ജയ് അദ്ധ്യാപകരെ, ജയ് ജയ് പരിസ്ഥിതി ക്ലബ്ബ് തുടങ്ങിയ മുദ്രാവാക്യങ്ങൾ വിളിച്ചുകൊണ്ടിരുന്നു.

കിലോമീറ്ററുകൾ നീണ്ടുകിടക്കുന്ന ആ പ്രധാന വീഥി യുടെ ഇരുവശങ്ങളിലുമുള്ള മരങ്ങളിലെല്ലാം തറച്ചിരുന്ന ഫ്ളക്സ് ബോർഡുകൾ വൈകുന്നേരമായപ്പോഴേക്കും ഇളക്കിമാറ്റിക്കഴിഞ്ഞിരുന്നു. ഇനിയും ഇത്തരം ബോർഡു കൾ ആണിയടിച്ച് തറയ്ക്കുന്നവരുടെ മേൽ നടപടി സ്വീക രിക്കുമെന്ന് പൊലീസ് ഓഫീസർ പരസ്യമായി പ്രഖ്യാ പിച്ചു.

ഈ സമയത്ത് കുട്ടികൾ നേരത്തെ മുഴക്കിയ മുദ്രാവാക്യ ങ്ങൾ ഏറ്റു വിളിച്ചുകൊണ്ടിരുന്നു.

പിറ്റേ ദിവസം വൈകീട്ട് മൂന്നു മണിക്ക് സ്കൂൾ ഓഡി റ്റോറിയത്തിൽ വിശിഷ്ടാതിഥികൾ പങ്കെടുക്കുന്ന ഒരു യോഗം ഉണ്ടായിരിക്കുന്നതാണെന്ന് ക്ലാസ്സുകളിൽ നോട്ടീസ് വായിച്ചു.

മൂന്നു മണിക്കുതന്നെ സ്കൂൾ ഓഡിറ്റോറിയത്തിൽ യോഗം ആരംഭിച്ചു. മുൻകൂട്ടി പറഞ്ഞിരുന്ന പ്രകാരം വിശിഷ്ട വ്യക്തികളെ വേദിയിലേക്ക് ക്ഷണിച്ചു. പ്രിൻസിപ്പലിന്റെ

അദ്ധ്യക്ഷതയിൽ യോഗനടപടികൾ ആരംഭിച്ചു. വേണു സാറിന്റെ ശ്രമഫലമായി സ്ഥലം എം.എൽ.എയും പൊലീസ് മേധാവിയും എത്തിച്ചേർന്നു. എം.എൽ.എയെ മുഖ്യാതിഥിയായും ഉദ്ഘാടകനായും കല്പിച്ച് യോഗനടപടികൾ ആരംഭിച്ചു.

പഞ്ചായത്ത് പ്രസിഡന്റും നാട്ടിലെ പ്രമുഖരായ സാമൂഹികസാംസ്കാരിക പ്രവർത്തകരും യോഗത്തിൽ പങ്കെടുത്തു. യോഗം ഉദ്ഘാടനം ചെയ്തത് വിശിഷ്ട വ്യക്തിയായ സ്ഥലം എം.എൽ.എ. തന്നെ ആയിരുന്നു. അദ്ദേഹം സ്കൂളിലെ സ്കൂൾ പരിസ്ഥിതി ക്ലബ്ബിനെയും അതിന്റെ പ്രവർത്തകരെയും മുക്തകണ്ഠം പ്രശംസിക്കുക തന്നെ ചെയ്തു.

മരങ്ങളോട് മനുഷ്യർ കാണിക്കുന്ന ക്രൂരതയ്ക്കൊരറുതി വരുത്തുവാൻ സ്കൂൾ ക്ലബ്ബ് പ്രവർത്തകർ കാണിച്ച സന്മനസ്സിന് എല്ലാവരും നന്ദി രേഖപ്പെടുത്തി. പ്രകൃതിസംരക്ഷണത്തിന്റെ ആവശ്യകത പ്രത്യേകിച്ച് ഈ കാലഘട്ടത്തിൽ എത്രത്തോളം നിലനിർത്തിക്കൊണ്ടുപോകേണ്ടതിന്റെ പ്രാധാന്യം ഓരോരുത്തരും അവരുടെ പ്രസംഗത്തിൽ ഊന്നിപ്പറയുകയും ചെയ്തു.

തുടർന്ന് മുഖ്യപ്രഭാഷണം നടത്തുവാനായി ജില്ലാ പൊലീസ് മേധാവിയെ ക്ഷണിച്ചു. പ്രകൃതിസ്നേഹികളായ സ്കൂളിലെ അദ്ധ്യാപക വിദ്യാർത്ഥി കൂട്ടായ്മയെ പ്രകീർത്തിച്ചുകൊണ്ടാണ് അദ്ദേഹം തന്റെ പ്രസംഗം ആരംഭിച്ചത്.

തന്റെ ഔദ്യോഗികജീവിതത്തിൽ ആദ്യത്തെ അനുഭവമാണെന്നും അദ്ദേഹം പറഞ്ഞു. പൊതുനിരത്തിൽ വെച്ച് പറഞ്ഞതു പോലെ വൃക്ഷങ്ങളിൽ ഇനിയും ഫ്ളക്സ് ബോർഡുകൾ വെയ്ക്കാൻ പാടില്ലെന്നും വെയ്ക്കുന്നവർക്ക് കടുത്ത ശിക്ഷ നൽകുമെന്നും അദ്ദേഹം പരസ്യമായി പ്രഖ്യാപിച്ചു. പൊലീസ് മേധാവിയുടെ പ്രസംഗം അവിടെ കൂടിയിരുന്നവരെയെല്ലാം ആഹ്ലാദിപ്പിച്ചു.

അടുത്ത രണ്ടാഴ്ച കുട്ടികൾ എല്ലാവരും വാർഷികപരീക്ഷ യുടെ തിരക്കിലായിരുന്നു. വാർഷികപരീക്ഷ തീരുന്ന ദിവസം വേണുസാർ കുട്ടികളെയെല്ലാം വിളിച്ചുകൂട്ടി.

"രണ്ടു മാസത്തെ വേനലവധി തുടങ്ങുകയാണ്. നിങ്ങ ളുടെ അവധിക്കാല ആഘോഷങ്ങൾക്ക് തടസ്സം വരാതെ പറ്റുന്ന പോലെ നമ്മുടെ പരിസ്ഥിതി ക്ലബ്ബ് തുടങ്ങിവെച്ച പ്രവർത്തനങ്ങളും ഇടയ്ക്ക് നിങ്ങൾ ശ്രദ്ധിക്കണം... എല്ലാ വർക്കും നല്ലൊരു അവധിക്കാലം ആശംസിക്കുന്നു." വേണു സാർ പറഞ്ഞു നിർത്തി.

കുട്ടികൾ സന്തോഷത്തോടെ പരസ്പരം ആശംസകൾ നൽകി പിരിഞ്ഞു പോയി.

ഇതൾ ആറ്

രണ്ട് മാസത്തെ അവധിക്കാലത്തിനുശേഷം മഴയെ എതിരേറ്റു കൊണ്ട് വീണ്ടും ഒരു സ്കൂൾ വർഷം ആരംഭിച്ചത്. ഈ അവധിക്കാലത്തിനിടയിലും മീനുവും കൂട്ടുകാരും ഇടയ്ക്കിടെ സ്കൂൾ പരിസരങ്ങളിൽ ആരെങ്കിലും ഫ്ളക്സുകൾ വെയ്ക്കുന്നുണ്ടോയെന്നും പ്ലാസ്റ്റിക് മാലിന്യങ്ങൾ നിക്ഷേപിക്കുന്നുണ്ടോയെന്നും ശ്രദ്ധിക്കുന്നുണ്ടായിരുന്നു.

വഴിയോരങ്ങളിലെ മരങ്ങളിൽ ഫ്ളക്സ് ബോർഡുകൾ ആണിയടിച്ച് തറയ്ക്കുന്ന രീതിക്ക് പൂർണമായും വിരാമം വന്നില്ല. എങ്കിലും ഏറെക്കുറെ ഈ രീതിക്ക് മാറ്റം വരുത്തുവാൻ നാട്ടുകാരുടെയും മറ്റ് സന്നദ്ധപ്രവർത്തകരുടെയും സഹായംകൊണ്ട് സാധിച്ചു. ഇതിന്റെ ബഹുമതി പൂർണ്ണമായും മീനുവിന്റെ സ്കൂളിലെ പരിസ്ഥിതി ക്ലബ്ബിനായിരുന്നു. ഈ സ്കൂളിന്റെ പ്രവർത്തനങ്ങൾ മാധ്യമങ്ങളിൽക്കൂടി അറിഞ്ഞ് സംസ്ഥാനമൊട്ടാകെയുള്ള വിവിധ സ്കൂളുകൾ ഇതിന്റെ തുടർപ്രവർത്തനങ്ങൾ ഏറ്റെടുത്തു. സർക്കാരിന്റെ ഭാഗത്തുനിന്നും വേണ്ട പ്രോത്സാഹനവും എല്ലാവർക്കും ലഭിക്കുകയും ചെയ്തു.

പൊലീസധികാരികളുടെ നേതൃത്വത്തിൽ ഫ്ളക്സുകൾ മാറ്റിയതിനുശേഷവും ഫ്ളക്സുകൾ പ്രത്യക്ഷപ്പെടുന്നതിനെക്കുറിച്ച് പരിസ്ഥിതി ക്ലബ്ബ് ഭാരവാഹികൾ പൊലീസിനെ അറിയിച്ചു. ഫ്ളക്സുകൾ മരങ്ങളിൽ തറയ്ക്കുന്നവരെ കയ്യോടെ

പിടികൂടാൻ കഴിയാറില്ല. കാരണം രാത്രിയുടെ അന്ത്യയാമങ്ങളിലായിരിക്കും പലപ്പോഴും ഇത്തരം പ്രവർത്തനങ്ങൾ നടക്കാറുള്ളത്. അതുകൊണ്ട് ഫ്ളക്സിൽ പതിഞ്ഞിട്ടുള്ള സ്ഥാപനത്തേയും അതിന്റെ അധികാരികളെയും പ്രതിയാക്കി പൊലീസ് കേസ് രജിസ്റ്റർ ചെയ്യുവാൻ തുടങ്ങി. ഇതോടെയാണ് മരങ്ങളിൽ ആണി തറച്ചുള്ള ഫ്ളക്സി ബോർഡുകളുടെ വിന്യാസത്തിന് ഒരു പരിധിവരെ നിയന്ത്രണമായത്. മാത്രമല്ല ഈ വാർത്തയ്ക്ക് സംസ്ഥാനവ്യാപകമായി പ്രചാരം ലഭിച്ചതോടെ സംസ്ഥാനവ്യാപകമായി മരങ്ങളിൽ ഫ്ളക്സ് ബോർഡുകൾ തറയ്ക്കുന്ന രീതിക്ക് ഏറെക്കുറെ അയവു വന്നു.

പഞ്ചായത്തിലെ സാംസ്കാരിക സംഘടനകളുടെ ആഭിമുഖ്യത്തിൽ പഞ്ചായത്ത് പ്രസിഡണ്ട് സുകുമാരന്റെ നേതൃത്വത്തിൽ പഞ്ചായത്ത് ഓഫീസിൽ ഒരു യോഗം ചേർന്നു.

“നമ്മുടെ പഞ്ചായത്തിനും കൂടി അഭിമാനമായി ജി.ബി. എച്ച്.എസ്.എസ്. സ്കൂൾ ഇത്തരമൊരു നേട്ടം കൈവരിച്ചതിൽ പഞ്ചായത്തിന്റെ നേതൃത്വത്തിൽ ഒരു അനുമോദനച്ചടങ്ങ് സംഘടിപ്പിക്കേണ്ടേ?”

ചോദ്യം പഞ്ചായത്ത് മെമ്പർ സാറാമ്മയുടേതായിരുന്നു.

“പിന്നെ വേണ്ടേ... മന്ത്രിയെക്കൂടി പങ്കെടുപ്പിക്കണം. എന്നാലേ ഒരു ഗമയുണ്ടാവൂ.”

മറ്റൊരു മെമ്പർ ഹംസ പിന്താങ്ങി.

“അത് മാത്രം പോരാ, സ്കൂളിന്റെ തുടർന്നുള്ള പ്രവർത്തനങ്ങൾക്ക്. പഞ്ചായത്തിന്റെ എല്ലാവിധ സഹകരണവും ഉണ്ടാവണം.”

സാംസ്കാരിക സമിതി പ്രസിഡണ്ട് സുമേഷ് ആവശ്യപ്പെട്ടു.

“പഞ്ചായത്തിന്റെ പൂർണസഹകരണം ഞാൻ ഉറപ്പുതരുന്നു.” പഞ്ചായത്ത് പ്രസിഡണ്ട് സുകുമാരൻ പറഞ്ഞു.

സ്കൂളിലെ പച്ചക്കറികൃഷിയെപ്പറ്റി അംഗങ്ങൾ എല്ലാം പ്രശംസിച്ച് സംസാരിച്ചു. കൂടാതെ സ്കൂളിലെ ആവശ്യം കഴിഞ്ഞ് അധികം വരുന്ന പച്ചക്കറി പഞ്ചായത്തിലെ ജൈവ പച്ചക്കറി വിപണനശാലയിലേക്ക് ലഭ്യമാക്കുന്നതിനെപ്പറ്റിയും യോഗം ചർച്ച ചെയ്തു. കുട്ടികളുടെ പഠനസമയം നഷ്ടപ്പെടുത്താതെ നന്മയുടെ പാഠങ്ങൾ കുട്ടികൾക്ക് പകർന്നുകൊടുക്കുന്ന ജി.ബി.എച്ച്.എസ്.എസ്. സ്കൂളിനെയും അവിടുത്തെ പരിസ്ഥിതി ക്ലബ്ബിനേയും വിശിഷ്ടവ്യക്തികളുടെ സാന്നിധ്യത്തിൽ അനുമോദിക്കാൻ തീരുമാനിച്ച് യോഗം പിരിഞ്ഞു.

പിറ്റേ ദിവസം പഞ്ചായത്ത് ഭാരവാഹികൾ സ്കൂളിലെത്തി ഹെഡ്മിസ്ട്രസ്സിനെ കണ്ടു.

"പരിസ്ഥിതിയുടെയും വിദ്യാഭ്യാസമന്ത്രിയുടെയും സാന്നിധ്യത്തിൽ ഈ സ്കൂളിനെ അനുമോദിക്കാൻ ഒരു യോഗം സംഘടിപ്പിക്കാൻ പഞ്ചായത്തിന്റെ നേതൃത്വത്തിൽ തീരുമാനിച്ചിരിക്കുകയാണ്." പ്രസിഡണ്ട് സുകുമാരൻ പറഞ്ഞു.

"വളരെ സന്തോഷകരമായ ഒരു കാര്യമാണല്ലോ." ഹെഡ്മിസ്ട്രസ് പറഞ്ഞു.

"മറ്റൊരു കാര്യം കൂടി പറയുവാനുണ്ട്..." പ്രസിഡണ്ട് തുടർന്നു.

"സ്കൂളിലെ ആവശ്യം കഴിഞ്ഞ് അധികം വരുന്ന പച്ചക്കറികൾ പഞ്ചായത്തിന്റെ ജൈവപച്ചക്കറി വിപണനശാലയിലേക്ക് തരണം. മാത്രമല്ല അത് സ്കൂളിലെ പരിസ്ഥിതി ക്ലബ്ബിന് ഒരു മുതൽക്കൂട്ടാവും. ന്യായമായ വില ഞങ്ങൾ നൽകാം."

"തീർച്ചയായും... അധികം വരുന്ന പച്ചക്കറികൾ ഞങ്ങൾ സമീപത്ത് തന്നെയുള്ള ആവശ്യക്കാർക്ക് നൽകുകയായിരുന്നു. പിന്നെയും മിച്ചമുള്ളത് ദൂരെയുള്ള ചന്തയിൽ കൊടുക്കുകയായിരുന്നു. എന്തായാലും ഇനി മിച്ചമുള്ളത് പഞ്ചായത്തിലെ ജൈവപച്ചക്കറി വിപണനശാലയിലേക്ക് തരാം."

ഉച്ചകഴിഞ്ഞുള്ള വിശ്രമവേളയിലാണ് മിനിട്ടീച്ചറും ജോയിസ് ടീച്ചറും പഞ്ചായത്തിന്റെ ആഭിമുഖ്യത്തിൽ സ്കൂളിനെ ആദരിക്കുന്ന ഒരു ചടങ്ങ് സംഘടിപ്പിക്കുന്ന വിവരം പരിസ്ഥിതി ക്ലബ്ബ് അംഗങ്ങളെ അറിയിച്ചത്. പ്രസ്തുത ചടങ്ങിൽ പരിസ്ഥിതി മന്ത്രിയും വിദ്യാഭ്യാസമന്ത്രിയും പങ്കെടുക്കുമെന്നും ടീച്ചർ കുട്ടികളെ അറിയിച്ചു. തങ്ങൾക്കും തങ്ങളുടെ സ്കൂളിനും അധ്യാപകർക്കും മന്ത്രിമാരുടെ സാന്നി ധ്യത്തിൽ ലഭിക്കുവാൻ പോകുന്ന ആദരവിനെക്കുറിച്ച് ആലോചിച്ച് കുട്ടികൾ ആഹ്ലാദഭരിതരായി.

പ്രസ്തുത സമ്മേളനം വിജയപ്രദമാക്കുന്നതിനെക്കുറിച്ച് ആലോചിക്കുവാൻ ക്ലബ്ബ് ഭാരവാഹികളുടെ ഒരു യോഗം അടി യന്തിരമായി വിളിച്ചുചേർത്തു. മന്ത്രി പങ്കെടുക്കുന്ന പ്രസ്തുത സമ്മേളനം ഗംഭീരമാക്കുന്നതിനെക്കുറിച്ചുള്ള രൂപരേഖകൾ തയ്യാറാക്കിയാണ് യോഗം പിരിഞ്ഞത്.

ഇതൾ ഏഴ്

വകുപ്പ് മന്ത്രിയുടെ സാന്നിധ്യത്തിൽ സ്കൂൾഗ്രൗണ്ടിൽ വെച്ച് നടക്കുവാൻ പോകുന്ന സമ്മേളനത്തെപ്പറ്റിയായിരുന്നു ഏവരുടെയും സംസാരം. സമീപത്തെ പഞ്ചായത്തും സാമൂഹ്യസാംസ്കാരിക സംഘടനകൾ സംയുക്തമായി സംഘടിപ്പിക്കുന്ന പ്രസ്തുത യോഗം എന്തുകൊണ്ടും സ്കൂളിനും സ്കൂളിലെ പരിസ്ഥിതി പ്രവർത്തനത്തിനും ഒരു മുതൽക്കൂട്ടായി മാറുമെന്നുള്ള കാര്യത്തിൽ യാതൊരു സംശയവുമില്ല. ഏവരും ആ സുന്ദരസുദിനവും പ്രതീക്ഷിച്ചു കൊണ്ടിരുന്നു.

അങ്ങനെ അടുത്ത മാസം രണ്ടാമത്തെ ആഴ്ചയിൽത്തന്നെ സമ്മേളനത്തിന് സംഘാടകർ അന്തിമരൂപം നൽകി അടുത്ത മാസം രണ്ടാമത്തെ വ്യാഴാഴ്ച ഉച്ചതിരിഞ്ഞ് രണ്ടു മണിക്ക് യോഗം നടത്തുവാൻ തീരുമാനിച്ചു.

പരിസ്ഥിതി മന്ത്രിയാണ് യോഗം ഔപചാരികമായി ഉദ്ഘാടനം ചെയ്യുന്നത്. പ്രസ്തുത യോഗത്തിൽ വിദ്യാഭ്യാസ മന്ത്രി അദ്ധ്യക്ഷത വഹിക്കുന്നതും സ്ഥലം എം.എൽ.എ., പഞ്ചായത്ത് പ്രസിഡണ്ട് വാർഡ് മെമ്പർമാർ എന്നിവർ ആശംസാപ്രസംഗം നടത്തുന്നതുമാണ്. വകുപ്പുമന്ത്രി ഉദ്ഘാടനം ചെയ്യുന്ന യോഗത്തിൽ പ്രിൻസിപ്പൽ സ്വാഗതം ആശംസിക്കുകയും ഹെഡ്മിസ്ട്രസ്സ് നന്ദി രേഖപ്പെടുത്തുകയും ചെയ്യുന്നതാണ്. യോഗത്തിൽ ബഹുമാനപ്പെട്ട മന്ത്രി സ്കൂൾ പരിസ്ഥിതി ക്ലബ്ബ് ഭാരവാഹികളെ സദസ്സിൽ ക്ഷണിച്ചു വരുത്തി അനുമോദിക്കുന്നതുമാണ്. പരിപാടിയുടെ വിശദവിവരങ്ങളടങ്ങിയ നോട്ടീസ് അച്ചടിച്ച് ഓരോ ക്ലാസിലും വിതരണം ചെയ്തു. ബാക്കിവന്ന നോട്ടീസ് സമീപപ്രദേശങ്ങളിലും വിതരണം ചെയ്യുവാൻ തീരുമാനിച്ചു.

അങ്ങനെ ജി.ബി.എച്ച്.എസ്.എസ്സിലെ സ്കൂൾ പരിസ്ഥിതി ക്ലബ്ബിനെയും പ്രവർത്തകരെയും പരിസ്ഥിതി മന്ത്രിയും വിദ്യാഭ്യാസമന്ത്രിയും അനുമോദിക്കുന്ന ചടങ്ങ് സ്കൂൾ ഗ്രൗണ്ടിലെ പ്രത്യേകം തയ്യാറാക്കിയ സ്റ്റേജിൽ നടക്കുവാൻ പോവുകയാണ്. എല്ലാവരും മന്ത്രിമാരുടെ വരവും പ്രതീക്ഷിച്ചിരിക്കുകയാണ്. പറഞ്ഞ പ്രകാരം കൃത്യസമയത്ത് മന്ത്രിമാർ സ്കൂളിലെത്തി. സംഘാടകർ രണ്ടുപേരെയും ഓഫീസ് മുറിയിലേക്ക് ആനയിച്ചു. അല്പനേരത്തിനുള്ളിൽ ചെണ്ടമേളം, താലപ്പൊലി എന്നിവയുടെ അകമ്പടിയോടുകൂടി സ്കൂൾ ഗ്രൗണ്ടിലെ പ്രത്യേകം തയ്യാറാക്കിയ സ്റ്റേജിലേക്ക് ജയ് വിളികളോടെ മന്ത്രിമാരേയും വിശിഷ്ടാതിഥികളെയും ആനയിച്ചു.

സംഘാടക കമ്മിറ്റി വിദ്യാഭ്യാസമന്ത്രിയെ അദ്ധ്യക്ഷനായി ക്ഷണിച്ചുകൊണ്ട് യോഗനടപടികൾ ആരംഭിച്ചു. നേരത്തേ തയ്യാറാക്കിയ ലിസ്റ്റു പ്രകാരം ബഹുമാനപ്പെട്ട പരിസ്ഥിതി മന്ത്രിയെ സ്കൂൾ പ്രിൻസിപ്പൽ, ഹെഡ്മിസ്ട്രസ്, സ്കൂൾ മാനേജർ, പഞ്ചായത്ത് പ്രസിഡണ്ട് തുടങ്ങിയവർ ഹാരമണി യിച്ച് സ്വീകരിച്ചു. തുടർന്ന് സ്കൂൾ പ്രിൻസിപ്പൽ സ്വാഗതം ആശംസിച്ചു. അടുത്തത് വകുപ്പുമന്ത്രിയുടെ ഉദ്ഘാടന പ്രസംഗമായിരുന്നു.

സ്കൂളിലെ പരിസ്ഥിതി ക്ലബ്ബിന്റെ പ്രവർത്തനം വിലയിരു ത്തലായിരുന്നു വകുപ്പുമന്ത്രി ആദ്യമായി നടത്തിയത്. അതിൽ ജി.ബി.എച്ച്.എസ്.എസ്. സ്കൂളിലെ പരിസ്ഥിതി ക്ലബ്ബ് പ്രവർത്തകർ ആദ്യമായി നടത്തിയ സ്കൂളിലെ പച്ചക്കറി കൃഷിയെക്കുറിച്ചും പരിസ്ഥിതി മലിനീകരണ നിർമ്മാർജ്ജ നത്തെപ്പറ്റിയും അദ്ദേഹം പ്രകീർത്തിച്ചു. തുടർന്ന് സ്കൂൾ പരിസ്ഥിതി ക്ലബ്ബ് പ്രവർത്തകർ നടത്തിയ ജനശ്രദ്ധയാ കർഷിച്ച വഴിയോരത്തെ ഫ്ളക്സ്ബോർഡുകൾ നീക്കം ചെയ്തതിനെപ്പറ്റി അദ്ദേഹം പ്രശംസിച്ച് സംസാരിച്ചു.

സഹജീവികൾക്കുണ്ടാകുന്ന ഒരു നൊമ്പരമായി ആണി തറയ്ക്കുന്നിനെ കണ്ട് അതിനെതിരായി പ്രവർത്തിക്കാൻ ക്ലബ്ബ് പ്രവർത്തകർ കാണിച്ച സുമനസ്സിനെ വകുപ്പുമന്ത്രി മുക്ത കണ്ഠം പ്രശംസിച്ചു. സംസ്ഥാനത്തിന് മാത്രമല്ല ലോകത്തിനു തന്നെ മാതകയാക്കാവുന്ന സംരംഭമാണ് സ്കൂൾ പരിസ്ഥിതി ക്ലബ്ബ് പ്രവർത്തകർ കാഴ്ചവെച്ചതെന്നും അദ്ദേഹം പറയാൻ മറന്നില്ല. സ്കൂൾ പ്രവർത്തകരുടെ ഈ സംരംഭം സംസ്ഥാ നവ്യാപകമായി മാറ്റങ്ങൾ ഉണ്ടാക്കി എന്നും അദ്ദേഹം പറ ഞ്ഞു. ഹരിത പച്ചക്കറിക്കൃഷി വ്യാപകമായി നടപ്പാക്കി വിളവുകൾ ഉൽപ്പാദിപ്പിക്കുന്നതിനെക്കുറിച്ചും മന്ത്രി ശ്ലാഘിച്ചു.

മാലിന്യസംസ്കരണ യൂണിറ്റ് സ്കൂളിൽ പ്രവർത്തിക്കുന്നതിന്റെ പ്രാധാന്യത്തെപ്പറ്റിയും അദ്ദേഹം പറയാൻ മറന്നില്ല. ഈ മാലിന്യസംസ്കരണ പദ്ധതി മറ്റ് സ്കൂളുകൾക്കും മാതൃകയാക്കി മാറ്റാമെന്ന് അദ്ദേഹം അഭിപ്രായപ്പെട്ടു. ചുരുക്കത്തിൽ ജില്ലയിലെ 'മാതൃകാസ്കൂൾ' എന്ന അംഗീകാരം ജി.ബി.എച്ച്. എസ്.എസ്. നൽകി ആദരിച്ചു. കൂടാതെ പ്രിൻസിപ്പൽ ഹെഡ്മിസ്ട്രസ്, അധ്യാപകർ, അനധ്യാപകർ സമർത്ഥരായ കുട്ടികൾ തുടങ്ങിയവരെയും അനുമോദിക്കുവാൻ അദ്ദേഹം മറന്നില്ല.

സ്കൂൾ പരിസ്ഥിതി ക്ലബ്ബിന്റെ പ്രവർത്തനങ്ങൾക്ക് നേതൃത്വം നൽകുന്ന വേണുസാറിനെയും കുട്ടികളുടെ കൺവീനറായ മീനുവിനെയും വേദിയിലേക്ക് വിളിച്ചു വരുത്തി പരിസ്ഥിതി മന്ത്രിയും വിദ്യാഭ്യാസമന്ത്രിയും അനുമോദിച്ചു.

ഏഴ് വർഷംകൊണ്ട് 3.48 ലക്ഷം കിലോ പച്ചക്കറി 1.09 ലക്ഷം നെല്ല് 1.58 ലക്ഷം പഴങ്ങൾ എന്നിവ സ്കൂളുകളിലൂടെ ഉല്പാദിപ്പിക്കാൻ കഴിയണം. കൂടാതെ 11.60 ലക്ഷം മരങ്ങൾ നട്ടുപിടിപ്പിക്കാനുള്ള പദ്ധതിക്ക് രൂപം നൽകണം. ഇതിനുവേണ്ടി സംസ്ഥാനത്തെ എല്ലാ സ്കൂളുകളിലും വൃക്ഷത്തൈകൾ വിതരണം ചെയ്യാനുള്ള ഒരു പദ്ധതി തുടങ്ങാൻ പോകുന്നുണ്ടെന്നും സ്കൂൾ പരിസരങ്ങളിൽ കഴിയുന്നത്ര മരങ്ങൾ നട്ടുപിടിപ്പിക്കണമെന്നും അദ്ദേഹം പറഞ്ഞു.

സ്കൂളുകളിലെ പച്ചക്കറിക്കൃഷി സംസ്ഥാനത്തെ എല്ലാ സ്കൂളുകളിലും നടപ്പാക്കണമെന്നും സ്കൂളുകളിലെ ഉച്ചഭക്ഷണത്തിന് വേണ്ട പച്ചക്കറികൾ അതാത് സ്കൂളുകളിൽ ഉൽപ്പാദിപ്പിക്കുന്ന പദ്ധതികൾ വ്യാപിപ്പിക്കാനുള്ള പദ്ധതി സർക്കാർ തയ്യാറാക്കി വരുകയാണെന്നും അദ്ദേഹം അഭിപ്രായപ്പെട്ടു. കൂടാതെ 49000 കിലോ പ്ലാസ്റ്റിക് റീസൈക്കിൾ ചെയ്യാൻ ശേഖരിക്കണം. ഇതിന്റെ തുടർനടപടികൾക്ക്

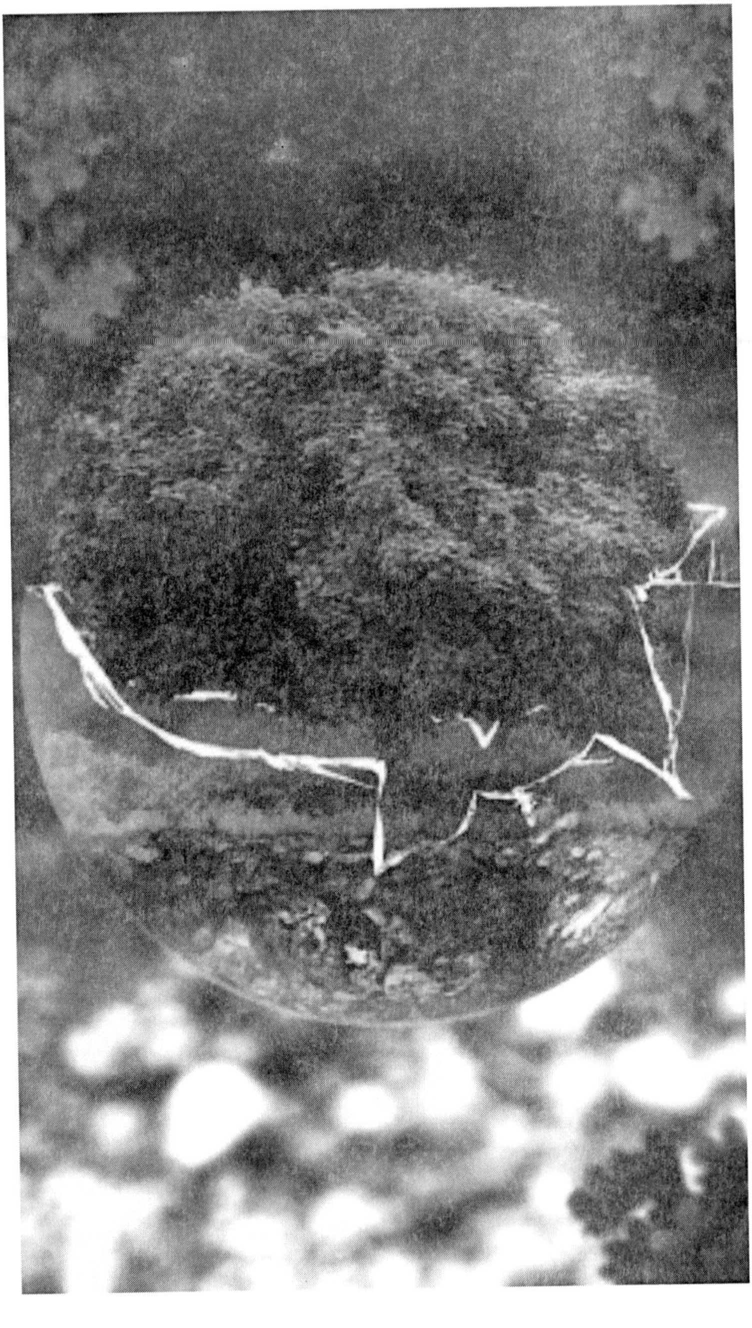

സർക്കാർ നേതൃത്വം നൽകും. പരിസ്ഥിതിവകുപ്പിന്റെ ഈ നിർദ്ദേശങ്ങൾക്കെല്ലാം സർക്കാർ പൂർണപിന്തുണ നൽകിയിട്ടുണ്ടെന്നും മന്ത്രി പറഞ്ഞു.

ഇത്തരം പ്രവർത്തനങ്ങളുടെ വിജയകരമായ നടത്തിപ്പിനായി സ്കൂൾ പരിസ്ഥിതി ക്ലബ്ബ് പോലുള്ള സന്നദ്ധസംഘടനകളുടെ നിർല്ലോഭമായ സഹകരണം അത്യന്താപേക്ഷിതമാണെന്നും അദ്ദേഹം എടുത്തുപറഞ്ഞു.

തുടർന്ന് അന്യംനിന്നുപോകുന്ന ഔഷധസസ്യങ്ങളുടെ വിപുലമായ ശേഖരണത്തിനായി 'ആയുർജീവനം' എന്ന പേരിൽ ഒരു ഔഷധത്തോട്ട നിർമ്മാണത്തിനും പരിസ്ഥിതി ക്ലബ്ബിന്റെ പ്രവർത്തകൻ പ്രാമുഖ്യം നൽകണമെന്നും മന്ത്രി അഭ്യർത്ഥിച്ചു. മന്ത്രിയുടെ പ്രസംഗം സദസ്യരെ ആകെ പ്രചോദനം കൊള്ളിച്ചു. തുടർന്ന് വിദ്യാഭ്യാസമന്ത്രിയുടെ അനുമോദനപ്രസംഗമായിരുന്നു. പഠനപ്രവർത്തനത്തോടൊപ്പം ഇത്തരത്തിലുള്ള പാഠ്യേതരപ്രവർത്തനങ്ങൾക്കും വിദ്യാലയങ്ങൾ മുന്നിട്ടിറങ്ങുന്നതിൽ വളരെ അഭിമാനമുണ്ടെന്ന് അദ്ദേഹം പറഞ്ഞു.

തുടർന്ന് സ്ഥലം എം.എൽ.എ. സ്കൂൾ മാനേജർ പഞ്ചായത്ത് പ്രസിഡണ്ടുമാർ, വാർഡ് മെമ്പർമാർ, സ്കൂൾ പ്രിൻസിപ്പൽ, ഹെഡ്മിസ്ട്രസ് തുടങ്ങിയവരും മന്ത്രിയുടെ പ്രസംഗത്തിന്റെ ചുവട് പിടിച്ചുകൊണ്ടുള്ള അഭിപ്രായപ്രകടനങ്ങൾ അവരവരുടെ പ്രസംഗത്തിലൂടെ നടത്തി. സ്കൂൾ പരിസ്ഥിതി ക്ലബ്ബിന്റെ പ്രവർത്തനത്തെ ഏവരും പ്രശംസിച്ചു. 'മാതൃകാ സ്കൂൾ' ആയി പ്രഖ്യാപിച്ച സ്കൂളിന് ഷീൽഡ് നൽകി ആദരിച്ചു. പ്രിൻസിപ്പലും ഹെഡ്മിസ്ട്രസ്സും ചേർന്ന് ആദരവ് ഏറ്റുവാങ്ങി. യോഗത്തിന് സ്കൂൾ ഹെഡ്മിസ്ട്രസ് നന്ദി രേഖപ്പെടുത്തി. യോഗം അങ്ങനെ സമംഗളം പര്യവസാനിച്ചു.

ഇതൾ എട്ട്

സ്കൂൾ പരിസ്ഥിതി ക്ലബ്ബിന്റെ പ്രവർത്തനങ്ങളെക്കുറിച്ച് മന്ത്രിമാരും മറ്റ് വിശിഷ്ടവ്യക്തികളും പ്രശംസിച്ച് സംസാരിച്ചതിന്റെ വിശദവിവരങ്ങളടങ്ങിയ റിപ്പോർട്ടും ചിത്രങ്ങളും അടുത്ത ദിവസത്തെ പത്രങ്ങളുടെ മുൻപേജിൽത്തന്നെ പ്രസിദ്ധീകരിച്ചു.

അന്ന് സ്കൂളിൽ പോകാൻ പതിവിലും ഉത്സാഹമായിരുന്നു മീനുവിന്. പത്രത്തിൽ ഫോട്ടോ വന്ന വിശേഷം കൂട്ടുകാരുമായി പങ്കുവെക്കാനുള്ള ആവേശത്തിലായിരുന്നു അവൾ. ഒരുങ്ങി കാവിൽ തൊഴുത് കുളത്തിനരികിൽകൂടി റോഡിലേക്ക് ഇറങ്ങുന്ന സമയത്താണ് ഒരു കാഴ്ച അവളുടെ കണ്ണിൽപെട്ടത്. കുറെ പ്ലാസ്റ്റിക് കവറുകൾ കുളത്തിനരികിലായി കൂട്ടിയിട്ടിരിക്കുന്നു. എന്താണെന്നറിയാൻ അടുത്തേക്ക് ചെന്നപ്പോഴേക്കും ദുർഗന്ധം മൂക്കിലേക്ക് തുളച്ചുകയറി. മീനു മൂക്ക് പൊത്തി തിരികെ വീട്ടിലേക്ക് ചെന്ന് വിവരം അച്ഛനെ ധരിപ്പിച്ചു.

മീനുവിന്റെ അച്ഛനും മുത്തശ്ശിയും അയൽവാസികളും എല്ലാം കുളത്തിനടുത്തേക്ക് വന്നു.

വടക്കേതിലെ കണാരേട്ടൻ കമ്പ് കൊണ്ട് കവറുകൾ തിരിച്ചിട്ടു. ചീഞ്ഞ പച്ചക്കറികളും മാംസങ്ങളുമായിരുന്നു അതിൽ.

“പരിശുദ്ധമായ ഈ കാവിന്റെ പരിസരത്ത് ആരാണോ ഇതൊക്കെ കൊണ്ടുവന്നിട്ടത്?” മുത്തശ്ശി പരിതപിച്ചു.

“ഒഴിഞ്ഞ സ്ഥലങ്ങളിൽ മാലിന്യം തള്ളുന്നത് ഒരു നിത്യ സംഭവമായി മാറിയിരിക്കുന്നു.” കണാരേട്ടൻ പറഞ്ഞു.

“ഏതായാലും ഇതൊരു ദ്രോഹമായിപ്പോയി.” മീനുവിന്റെ അച്ഛൻ വിഷമത്തോടെ പറഞ്ഞു.

അന്ന് വളരെ വിഷമത്തോടെയാണ് മീനു സ്കൂളിലേക്ക് പോയത്.

അന്ന് ഉച്ചയ്ക്ക് കൂടിയ പരിസ്ഥിതി ക്ലബ്ബിന്റെ മീറ്റിങ്ങിൽ മണ്ണും ജലവും സംരക്ഷിക്കുന്നതിന് സർക്കാർ ‘ഹരിത കേരളം’ പദ്ധതി തുടങ്ങിയ വിവരം വേണുസാർ കുട്ടികളെ അറിയിച്ചു. സ്കൂൾ കുട്ടികളുടെ പങ്കാളിത്തംകൂടി ഈ പദ്ധതിക്കായി ആവശ്യമാണെന്ന് സാർ അറിയിച്ചു.

‘ഹരിതകേരളം’ പദ്ധതിയുടെ നടത്തിപ്പിലേക്കായി മീനു നല്ലൊരു നിർദ്ദേശം മുന്നോട്ട് വെച്ചു. നമ്മുടെ വീടുകളിലും ചുറ്റുപാടുമുള്ള കാവും കുളങ്ങളും നീർച്ചാലുകളും ഒക്കെ കണ്ടെത്തി സംരക്ഷിക്കുവാനുള്ള നിർദ്ദേശമാണ് മീനു ഒന്നാമതായി വെച്ചത്. തന്റെ തറവാട്ടിലെ കാവിന്റെയും കുളത്തിന്റെയും കാര്യം മീനു ചൂണ്ടിക്കാട്ടുകയും ചെയ്തു. അതുപോലെ ക്ഷേത്രങ്ങളോട് ചേർന്നുള്ള കുളങ്ങളും വൃക്ഷങ്ങളും സംരക്ഷിക്കപ്പെടണം. മീനു പറഞ്ഞു.

“ഈ കർമ്മപദ്ധതി നടപ്പായാൽ പരിസ്ഥിതി ക്ലബ്ബിന്റെ പ്രവർത്തനങ്ങൾക്ക് അതൊരു മുതൽകൂട്ടാകും.” വേണുസാർ പറഞ്ഞു.

“ഹരിതകേരളത്തിന്റെ പരിധിയിൽ വരുന്ന ഒട്ടേറെ പ്രവർത്തനങ്ങൾ നമ്മുടെ സ്കൂൾ പരിസ്ഥിതി ക്ലബ്ബ് മുൻപ് തന്നെ നടപ്പാക്കി വിജയിപ്പിച്ചവയാണ്. തുടർപ്രവർത്തനങ്ങളിൽ

'ഹരിതകേരള'ത്തിനും സ്കൂൾ പരിസ്ഥിതി ക്ലബ്ബിനും കൈകോർത്ത് മുന്നേറാനാകും." മിനി ടീച്ചർ പറഞ്ഞു.

വിദ്യാലയങ്ങൾ കേന്ദ്രീകരിച്ച് വർഷങ്ങൾക്ക് മുൻപ് മുതലേ പരിസ്ഥിതി പ്രവർത്തനങ്ങൾ നടത്തിവന്നിരുന്നു. ഇപ്പോൾ സംസ്ഥാനത്തെ സ്കൂളുകളിൽ മുൻപന്തിയിൽ നിൽക്കുന്ന തരത്തിലുള്ള പ്രവർത്തനങ്ങളാണ് ജി.ബി.എച്ച്. എസ്.എസ്. എന്ന സ്കൂൾ നടത്തിപ്പോരുന്നത്. ജൈവപച്ച ക്കറിക്കൃഷി സ്കൂൾവളപ്പിലെ ഒരു നിത്യകാഴ്ചയായി മാറി. സാമാന്യം നല്ല തോതിൽത്തന്നെ അതിൽനിന്നും വിളവെടു ക്കാൻ കഴിയുന്നുണ്ട്. മാത്രമല്ല ഇതിന്റെ ചുവടുപിടിച്ച് കുട്ടി കൾക്ക് അവരവരുടെ വീടുകളിൽ പച്ചക്കറിക്കൃഷി നടത്തി വിളവെടുക്കാനും കഴിയുന്നുണ്ടെന്നുള്ളത് എടുത്തു പറയേണ്ട നേട്ടമായി കണക്കാക്കാം. സ്വാശ്രയ പരിശീലന ത്തിന്റെ വിത്തു പാകുവാനും ഇതിലൂടെ കഴിഞ്ഞിട്ടുണ്ടെന്നു ള്ളതാണ് പരിസ്ഥിതി ക്ലബ്ബ് പ്രവർത്തനത്തിന്റെ മറ്റൊരു നേട്ടം.

6040 സ്കൂളുകളിലും 21 ലക്ഷത്തോളം വിദ്യാർത്ഥികളും ഇതിനോടകം ഈ പദ്ധതിയുടെ ഭാഗമായിത്തീർന്നിരിക്കുന്നു. ഒട്ടേറെ അന്താരാഷ്ട്ര പുരസ്കാരങ്ങളും ഇതിനോടകം സംസ്ഥാനത്തെ വിവിധ സ്കൂളുകൾ നേടിക്കഴിഞ്ഞിരിക്കുന്നു.

അക്കൊല്ലത്തെ വാർഷികപരീക്ഷകൾക്ക് മുൻപായി സ്കൂൾ പരിസ്ഥിതി ക്ലബ്ബ് ഒരു യോഗം സംഘടിപ്പിച്ചു. ഹരിത കേരളം പദ്ധതിയുടെ ഏറ്റവും പുതിയ പദ്ധതികളിലൊന്നായ 'ജലവും ജീവിതവും' എന്ന പദ്ധതിയിലൂടെ ഇല്ലാതായിക്കൊണ്ടിരിക്കുന്ന കായലുകളും തോടുകളും നീർത്തടങ്ങളും എങ്ങനെ സംരക്ഷിക്കാം എന്നതിനെപ്പറ്റി ചർച്ച നടന്നു. ഓരോ തുള്ളി ജലവും ഒഴുകി നഷ്ടപ്പെടാതെ കരുതിവെക്കുവാനുള്ള മാർഗ്ഗങ്ങളെപ്പറ്റി ആലോചിച്ചു. തുടർച്ചയായി നേരിട്ടുകൊണ്ടിരിക്കുന്ന വരൾച്ചയിൽനിന്നും രക്ഷ നേടാൻ ജലസംരക്ഷണം അനിവാര്യമാണെന്ന് യോഗം അഭിപ്രായപ്പെട്ടു.

ഓരോ തുള്ളി ജലവും പാഴായിപ്പോകാതെ സംരക്ഷിക്കുവാൻ നമുക്കോരോരുത്തർക്കും ബാധ്യതയുണ്ടെന്ന് യോഗം വിലയിരുത്തി. ഇതിനായി കിണർ, കുളം, പുഴ എന്നിവയുടെ സംരക്ഷണങ്ങൾക്ക് പ്രാമുഖ്യം നൽകുവാൻ യോഗം തീരുമാനിച്ചു.

"നമ്മുടെ ഈ പ്രവർത്തനങ്ങൾക്കായി ആദ്യം സമീപപ്രദേശങ്ങളിൽ മലിനമായി കിടക്കുന്ന തോടുകളും കിണറുകളും നീർത്തടങ്ങളും ഒക്കെ നിങ്ങൾ കണ്ടെത്തണം."

വേണുസാർ കുട്ടികളോട് നിർദ്ദേശിച്ചു

ഈ വേനലവധിക്കാലത്ത് നിങ്ങളുടെ കളികൾക്കിടയിലും ആഘോഷങ്ങൾക്കിടയിലും സമയം കണ്ടെത്തി നിങ്ങളുടെ പരിസരങ്ങളിലുള്ള മലിനമായിക്കിടക്കുന്ന ജലസ്രോതസ്സുകൾ

കണ്ടെത്തി. ഒരു ലിസ്റ്റ് തയ്യാറാക്കണം. സ്കൂൾ തുറക്കുമ്പോൾ നിങ്ങൾ ശേഖരിച്ച വിവരങ്ങൾ നമുക്ക് 'ഹരിത കേരള' മിഷന്റെ ഭാരവാഹികളെ അറിയിക്കാം. അങ്ങനെ നമുക്ക് നമ്മുടെ ചുറ്റുപാടുമുള്ള പരമാവധി ജലസ്രോതസ്സുകൾ സംരക്ഷിച്ചെടുക്കാം." വേണുസാർ പറഞ്ഞു.

"അതുപോലെ മറ്റൊരു വിഷമകരമായ പ്രഖ്യാപനംകൂടി ഈ അവസരത്തിൽ നടത്തുകയാണ്. പഠനത്തിൽ കൂടുതൽ ശ്രദ്ധിക്കേണ്ട സാഹചര്യം ഉള്ളതുകൊണ്ട്, അടുത്ത അദ്ധ്യയനവർഷം പത്താംക്ലാസിലേക്ക് കടക്കുന്ന മീനുവിനെ അവളുടെ രക്ഷകർത്താക്കളുടെ അഭ്യർത്ഥന മാനിച്ച് പരിസ്ഥിതി ക്ലബ്ബിന്റെ കൺവീനർസ്ഥാനത്ത് നിന്നും മാറ്റുകയാണ്. അഭിപ്രായവ്യത്യാസമില്ലാതെ എല്ലാവരേയും ഏകോപിപ്പിച്ച് കൊണ്ടുപോകാനുള്ള കഴിവ് മീനുവിനുണ്ടായിരുന്നു. സ്കൂളിലെ പരിസ്ഥിതി ക്ലബ്ബിന് ലഭിച്ച നേട്ടങ്ങളുടെയെല്ലാം പിന്നിൽ മീനുവിന്റെ നിസ്വാർത്ഥമായ പ്രവർത്തനം ഉണ്ടായിരുന്നു. മീനുവിന്റെ പ്രവർത്തനങ്ങൾക്കെല്ലാം പ്രത്യേകം അഭിനന്ദനം അറിയിച്ചുകൊണ്ട്, പറ്റുന്ന സമയങ്ങളിലെല്ലാം മീനു തുടർന്നും ക്ലബ്ബിനുവേണ്ടി പ്രവർത്തിക്കണം എന്ന് പറഞ്ഞുകൊണ്ട് നിങ്ങൾക്ക് പ്രിയങ്കരനായ നിവേദിനെ കൺവീനർ സ്ഥാനത്തേക്ക് തിരഞ്ഞെടുത്തിരിക്കുന്നു."

വേണുസാർ പറഞ്ഞു നിർത്തി.

മീനു കൺവീനർസ്ഥാനം ഒഴിഞ്ഞതിൽ വിഷമമുണ്ടെങ്കിലും മീനുവിന് പഠിത്തത്തിൽ കൂടുതലായി ശ്രദ്ധിക്കാനുള്ളതുകൊണ്ട് എല്ലാവരും ഈ തീരുമാനത്തെ സ്വാഗതം ചെയ്തു. തന്നെയുമല്ല മീനുവിനെപ്പോലെതന്നെ ഏവർക്കും പ്രിയങ്കരനായിരുന്നു നിവേദും.

അടുത്ത ഒരു മാസക്കാലം വാർഷികപരീക്ഷയുടെ തിരക്കിലായിരുന്നു കുട്ടികൾ എല്ലാവരും. അതിനിടയിലാണ്

മറ്റൊരു സന്തോഷവാർത്ത സ്കൂളിനെത്തേടി വന്നത്. സ്കൂളിലെ ഹരിതകേരളം പദ്ധതിയുടെ പ്രവർത്തനങ്ങൾ നേരിട്ട് വിലയിരുത്തി സംസ്ഥാനനേതൃത്വം പ്രസ്തുത വർഷത്തെ 'ഹരിതകേരള പുരസ്കാരം' ജി.ബി.എച്ച്.എസ്. എസ്സിന് നൽകാൻ തീരുമാനിച്ചു എന്നതാണ് ആ സന്തോഷ വാർത്ത.

മൂന്നുലക്ഷം രൂപയും പ്രശസ്തിപത്രവും അടങ്ങുന്നതായിരുന്നു അവാർഡ്. ഈ അവാർഡ് ഏറ്റുവാങ്ങുവാൻ നിവേദിനൊപ്പം സ്ഥാനമൊഴിഞ്ഞെങ്കിലും മീനുവിനെക്കൂടി ഹെഡ്മിസ്ട്രസ് ചുമതലപ്പെടുത്തി. സ്കൂളിന്റെ പ്രവർത്തനങ്ങൾക്ക് ഒരു പൊൻതൂവൽ കൂടിയായി ഈ പുരസ്കാരം.

ഇതൾ ഒമ്പത്

മന്ത്രിമാരുടെയും മറ്റു വിശിഷ്ടവ്യക്തികളുടെയും സന്ദർശന ത്തോടെ സ്കൂളിന്റെ യശസ്സ് ഒന്നുകൂടി ഉയർന്നു. പരിസ്ഥിതി ക്ലബ്ബിന് സമ്മാനമായി ലഭിച്ച മൂന്നു ലക്ഷം രൂപ ജലസ്രോത സ്സുകളുടെ സംരക്ഷണത്തിനായി വിനിയോഗിക്കുവാൻ സ്കൂൾ അധികൃതർ തീരുമാനിച്ചു. മീനുവിന്റെ നേതൃത്വം മാറി പുതിയ കൺവീനറായ നിവേദിന്റെ നേതൃത്വത്തിൽ സ്കൂൾ പരിസ്ഥിതി ക്ലബ്ബിന്റെ പ്രവർത്തനം പൂർവ്വാധികം ഭംഗി യായി നടന്നുകൊണ്ടിരുന്നു. പഠനത്തിരക്കിനിടയിലും ക്ലബ്ബിന്റെ പ്രവർത്തനങ്ങൾക്കായി മീനു സമയം കണ്ടെത്തിയിരുന്നു.

പച്ചക്കറിക്കൃഷിത്തോട്ടം പതിവിലും മെച്ചമായി നടത്തി ക്കൊണ്ടുപോകുവാൻ പുതിയ നേതൃത്വത്തിന് കഴിഞ്ഞു. മണ്ണും ജലവും സംരക്ഷിക്കുന്നതിന് സർക്കാർ ആരംഭിച്ച 'ഹരിതകേരളം' പദ്ധതി തുടർന്നും പഴയ പ്രൗഢിയോടെ തന്നെ നടക്കുന്നു. മണ്ണും മരങ്ങളും ജലവും സംരക്ഷിക്കു ന്നതിന് മാർഗ്ഗം കണ്ടെത്തി കൂട്ടായി സംരക്ഷിക്കുവാൻ നേതൃത്വത്തിന് സാധിക്കുന്നുണ്ട്.

ജൈവപച്ചക്കറി കൃഷിയോടൊപ്പം ഔഷധസസ്യനിർമ്മാ ണത്തിനും പ്രാമുഖ്യം നൽകി. ഔഷധത്തോട്ട നിർമ്മാണ ത്തിന് പ്രത്യേകം സ്ഥലം കണ്ടെത്തി അവിടം കിളച്ച് വൃത്തി യാക്കി ജൈവവളമിശ്രിതത്താൽ ഫലഭൂയിഷ്ഠമാക്കുകയാണ് ആദ്യം ചെയ്തത്. ഔഷധിച്ചെടികളുടെ വിത്ത് പാകി മുളപ്പിച്ച് ഈ ഭാഗത്ത് കൃഷിയിറക്കി അന്യംനിന്നുപോയ ദൈനംദിന

ജീവിതത്തിന് ഉപകാരപ്രദമായ നിരവധി ഔഷധസസ്യജാലങ്ങൾ ഈ ഭാഗത്ത് ഇപ്പോൾ നട്ടുപിടിപ്പിച്ചിരിക്കുകയാണ്. ഒരർത്ഥത്തിൽ മുൻപത്തെപോലെതന്നെ ഊർജ്ജസ്വലമായി പ്രവർത്തിക്കുവാൻ ജി.ബി.എച്ച്.എസ്.എസ്സിലെ പരിസ്ഥിതി ക്ലബ്ബിന് കഴിയുന്നുണ്ട്.

മീനുവിന്റെ നിർദ്ദേശപ്രകാരം ഹരിതകേരളം പദ്ധതിയിൽ ഉൾപ്പെടുത്തി തന്റെ തറവാട്ടിലെ കാവും കുളങ്ങളും സംരക്ഷിക്കുവാനുള്ള പദ്ധതി ഏറ്റെടുക്കണമെന്ന് പുതിയ ഭാരവാഹികളോട് മീനു ആവശ്യപ്പെട്ടു. അതിനായി മീനുവിന്റെ നേതൃത്വത്തിൽ ക്ലബ്ബംഗങ്ങൾ മീനുവിന്റെ തറവാട്ടിലെത്തി മുത്തശ്ശിയോടും അച്ഛനമ്മമാരോടും വിവരങ്ങൾ ധരിപ്പിച്ചു. മീനുവിന്റെ കുടുംബാംഗങ്ങൾക്കും അക്കാര്യത്തിൽ പൂർണസമ്മതമായിരുന്നു. അതുപ്രകാരം സർക്കാരിന്റെയും ക്ലബ്ബിന്റെയും സംയുക്ത കൂട്ടായ്മയിൽ കാവും കുളവും സംരക്ഷിക്കുവാനുള്ള ഉത്തരവാദിത്വം ക്ലബ്ബ് ഏറ്റെടുത്തു. തുടർന്ന് കാവും കുളവും വൃത്തിയാക്കുവാനുള്ള പ്രവർത്തനം ആരംഭിച്ചു.

ആദ്യമായി കുളത്തിന്റെ തിട്ടകൾ വൃത്തിയാക്കി. കുളത്തിൽ ഉണ്ടായിരുന്ന മലിനജലം മോട്ടോർ ഉപയോഗിച്ച് വറ്റിച്ചു. അവശേഷിച്ച ചെളിയും മറ്റ് മാലിന്യങ്ങളും കോരി കുളത്തിന് പുറത്ത് കളഞ്ഞു. കുളത്തിലെ വെള്ളം ശുദ്ധീകരിച്ചെടുക്കുവാൻ ഒരു പരിധിവരെ അവർക്ക് കഴിഞ്ഞു. അതുപോലെ കാവിനു ചുറ്റും തൽക്കാലം വേലി കെട്ടി സംരക്ഷിക്കുകയും ചെയ്തു. കൂടാതെ കുളത്തിലും പരിസരത്തും മാലിന്യം നിക്ഷേപിക്കുന്നവരെ കണ്ടെത്താൻ സി.സി.ടി.വി. ക്യാമറകൾ സ്ഥാപിച്ചു.

ഇതോടെ ക്ലബ്ബിന്റെ പ്രവർത്തനങ്ങൾക്ക് പ്രാദേശികമായ ഒരു പ്രചാരണം അറിയാതെ കൈവരുകയും ചെയ്തു. ഈ പ്രവർത്തനങ്ങൾ മാദ്ധ്യമശ്രദ്ധ നേടിയതോടെ ഇതിന്റെ ചുവടുപിടിച്ച് മറ്റു ചില തറവാടുകളിൽ അനാഥമായിക്കിടന്ന കാവും കുളവും സംരക്ഷിക്കുവാനും പുനരുദ്ധരിക്കുവാനുമുള്ള

സഹായസഹകരണങ്ങൾ തേടി ക്ലബ്ബിനെ സമീപിച്ചു. മീനുവിന്റെ തറവാട്ടിലെ കാവും കുളവും സംരക്ഷിക്കുന്നിൽ കാണിച്ച അതേ ഉത്തരവാദിത്തത്തോടെ തന്നെയാണ് മറ്റു തറവാടുകലിലെയും കാവിന്റെയും കുളത്തിന്റെയും സംരക്ഷണം ക്ലബ്ബ് ഏറ്റെടുത്തത്. കൂടാതെ സമീപപ്രദേശങ്ങളിലെ ചില ക്ഷേത്രക്കുളങ്ങളും വൃത്തിയാക്കി സംരക്ഷിക്കുവാനുള്ള ഭാരിച്ച ഉത്തരവാദിത്വം അതാത് ക്ഷേത്രഭരണസമിതിക്കും ഭാരവാഹികൾക്കും പ്രേരണയായിത്തീർന്നുവെന്നുള്ളത് സ്കൂൾ പരിസ്ഥിതി ക്ലബ്ബിന്റെ പ്രവർത്തനഫലമായി വന്നുചേർന്ന നേട്ടമാണെന്നുതന്നെ പറയാം.

നിവേദിന്റെ നേതൃത്വം മീനുവിന്റെ നേതൃത്വത്തെപ്പോലെ തന്നെ ഏവരാലും വാഴ്ത്തപ്പെട്ടു എന്നുതന്നെ പറയാം. ഒരു പക്ഷേ മീനുവിന്റെ പ്രവർത്തനത്തിൽനിന്നും വ്യത്യസ്തമായ ഒരു പ്രവർത്തനശൈലി നിവേദ് വെട്ടിത്തുറന്നതാകാം ഇതിനു കാരണം. നേതൃത്വം എന്നു പറയുന്നത് ഒരാൾ സ്ഥിരമായി കൊണ്ടുനടക്കുന്ന വിധത്തിലാകരുത്. കഴിവുകൾക്കനുസരിച്ച് നേതൃത്വം മാറിക്കൊണ്ടിരിക്കണം. അങ്ങനെ വരുമ്പോൾ ഒരാളുടെ ഭാവനയിൽനിന്നും വ്യത്യസ്തമായ ഭാവനകൾക്ക് അത്

വഴിവെയ്ക്കുകയും ചെയ്യും. പുത്തൻ ഭാവനകളും ആശയങ്ങളും ഉരുത്തിരിയുന്നത് വഴി പുതിയ പ്രവർത്തിമണ്ഡലങ്ങൾ കണ്ടെത്തുവാൻ കഴിയുന്നു. എങ്കിൽ മാത്രമേ പുതിയ ആളുകൾക്കും ഈ രംഗത്തേക്ക് കടന്നുവരുവാനുള്ള പ്രചോദനം ഉണ്ടാവുകയുള്ളൂ. ഇത്തരത്തിലുള്ള ഒരു നൂതന പ്രവർത്തനരീതി തന്നെ ജി.ബി.എച്ച്.എസ്.എസ്സിലെ പരിസ്ഥിതി ക്ലബ്ബ് കാഴ്ചവെച്ചുകൊണ്ടിരുന്നത് തുടർന്നുള്ള അവരുടെ പ്രവർത്തനങ്ങൾ സമൂഹത്തിന് ഉപകാരപ്രദവും എടുത്തു പറയത്തക്ക നേട്ടങ്ങളുമാണ് സമ്മാനിച്ചുകൊണ്ടിരിക്കുന്നത്.

മീനുവിന്റെ നേതൃത്വം നിവേദിലേക്ക് മാറിയതുപോലെ അദ്ധ്യാപകരുടെ നേതൃത്വത്തിലും ചില മാറ്റങ്ങൾ ഉണ്ടായി. വേണുസാറിന്റെ കോ-ഓർഡിനേറ്റർ സ്ഥാനം മാത്യുസാറിൽ നിക്ഷിപ്തമായി. സാലി ടീച്ചർക്ക് സഹ കോ-ഓർഡിനേറ്റർ സ്ഥാനം നൽകി സ്ത്രീ പ്രാതിനിധ്യം ഉയർത്തിക്കാട്ടി. പരിസ്ഥിതി ക്ലബ്ബിന്റെ പ്രവർത്തനത്തിനുതന്നെ മാതൃകയായി മാറാൻ പ്രതിജ്ഞാബദ്ധരായി പുതിയ നേതൃത്വം തുടർപ്രവർത്തനങ്ങൾ ഏറ്റെടുത്തു.

സംസ്ഥാന പരിസ്ഥിതി ക്ലബ്ബിന്റെ എല്ലാവിധ നിർദ്ദേശങ്ങളും പ്രോത്സാഹനവും അടിക്കടി സ്കൂൾ പരിസ്ഥിതി ക്ലബ്ബിന് ലഭിച്ചുകൊണ്ടിരുന്നു. സ്കൂൾ പരിസ്ഥിതി ക്ലബ്ബിന്റെ പ്രവർത്തന റിപ്പോർട്ട് മാസംതോറും സംസ്ഥാന പരിസ്ഥിതി സമിതിക്ക് അയച്ചുകൊടുക്കും. സംസ്ഥാന സമിതി അംഗങ്ങൾ നേരിട്ടെത്തി സ്കൂൾ പരിസ്ഥിതി ക്ലബ്ബിന്റെ പ്രവർത്തനം നേരിട്ട് ബോധ്യപ്പെട്ടിട്ടുണ്ട്.

അതുപോലെതന്നെ കൃഷിവകുപ്പിന്റെ സമ്പൂർണമായ പ്രോത്സാഹനം സ്കൂൾ ക്ലബ്ബിന് ലഭിച്ചുകൊണ്ടിരുന്നു. പച്ചക്കറി ഉത്പാദനത്തിന് മികച്ച നേട്ടം കൈവരിച്ച സ്കൂളിനുള്ള പാരിതോഷികവും ജി.ബി.എച്ച്.എസ്.എസ്. സ്കൂളിനാണ് ലഭിച്ചത്. ഈ സ്കൂളിന്റെ പരിസ്ഥിതി പ്രവർത്തനവും പച്ചക്കറി വിളയിക്കലും സംസ്ഥാനതലത്തിൽതന്നെ ഇതിനോടകം ശ്രദ്ധ നേടിയിട്ടുണ്ട്. 'ഓണത്തിന് ഒരു മുറം പച്ചക്കറി'

എന്ന സംസ്ഥാന സർക്കാരിന്റെ കൃഷിവകുപ്പുമായി ചേർന്നുള്ള പദ്ധതി സ്കൂളുകളിലേക്കും വ്യാപിപ്പിച്ചതിന്റെ ഫലമായി സ്വാശ്രയശീലരായ കുട്ടികളെല്ലാം അവരവരുടെ ഗൃഹാന്തരീക്ഷത്തിൽ പച്ചക്കറികൾ ഉത്പാദിപ്പിക്കുകയും ചെയ്തു.

സമീപപ്രദേശത്തെ സ്കൂളുകൾക്ക് ആവശ്യമായ പച്ചക്കറികൾ ഉച്ചഭക്ഷണത്തിന്റെ ആവശ്യത്തിലേക്കായി വിതരണം ചെയ്യാൻ ക്ലബ്ബിന് ഇപ്പോൾ കഴിയുന്നുണ്ട്. അധികം വരുന്ന പച്ചക്കറികളും വാഴക്കുലകളും മിതമായ വിലയ്ക്ക് തൊട്ടടുത്ത ജൈവപച്ചക്കറി വിപണനശാലയിലേക്ക് നൽകുന്നുമുണ്ട്. ഇത്തരത്തിൽ ലഭിക്കുന്ന വരുമാനം ക്ലബ്ബിന്റെ പ്രവർത്തനത്തിന്റെ ആവശ്യത്തിലേക്കായി മുതൽകൂട്ടുകയും ചെയ്യുന്നുണ്ട്.

ചുരുക്കത്തിൽ ഒത്തൊരുമയോടെയുള്ള പ്രവർത്തനം കൊണ്ട് ഒന്നിനൊന്ന് മെച്ചപ്പെട്ടുകൊണ്ടിരുന്നു സ്കൂൾ പരിസ്ഥിതി ക്ലബ്ബിന്റെ പ്രവർത്തനം.

ഇതൾ പത്ത്

പത്താംക്ലാസിലെ പരീക്ഷ കഴിഞ്ഞു. മറ്റ് ക്ലാസുകളിലെ പരീക്ഷയും പൂർത്തിയായി. പരീക്ഷ കഴിഞ്ഞാലും കിട്ടുന്ന സമയങ്ങളിൽ സ്കൂളിലെ പ്രവർത്തനങ്ങൾക്ക് കുട്ടികൾ സമയം കണ്ടെത്തിയിരുന്നു. പച്ചക്കറി തോട്ടത്തിൽ വിളകൾക്ക് വെള്ളമൊഴിക്കാനും കായ്ഫലങ്ങൾ എടുക്കുവാനും അവർ സമയം കണ്ടെത്തിയിരുന്നു. പുതിയ വിത്തുകളിറക്കാനും അവർ സമയം കണ്ടെത്തി. അതുകൊണ്ട് സ്കൂൾ തുറന്ന് വരുമ്പോൾ പുതുതായി നടത്തേണ്ട പ്രവർത്തനങ്ങൾ വളരെ ചുരുക്കമായിരുന്നു എന്നു തന്നെ പറയാം. പഴയതിന്റെ തുടർപ്രവർത്തനങ്ങളായിരുന്നു സ്കൂൾ തുറന്നു വരുമ്പോൾ അവർ നടത്തിയിരുന്നത്. സ്കൂൾ പരിസ്ഥിതി ക്ലബ്ബിന്റെ പ്രവർത്തനം തുടങ്ങിയതിനുശേഷമുള്ള എല്ലാ വെക്കേഷനിലും ഇതേ മാതിരിയുള്ള പ്രവർത്തനമാണ് തുടർന്ന് വന്നിരുന്നത്.

പത്താംക്ലാസിലായിരുന്നിട്ടും മീനുവിന്റെ സേവനം ക്ലബ്ബിന് വേണ്ടുവോളം ലഭിച്ചിരുന്നു. മീനുവിന്റെ തറവാട്ടിലെ കാവും കുളവും വൃത്തിയാക്കുന്നതിന്റെ നിർദ്ദേശം വെച്ചതും തുടർന്നുള്ള പ്രവർത്തനങ്ങൾക്ക് സാമാന്യം നല്ല രീതിയിൽ ത്തന്നെ പങ്കാളിത്തം വഹിച്ചതും മീനു തന്നെയായിരുന്നു. അതുപോലെ നിവേദിന്റെ പ്രവർത്തനങ്ങൾക്ക് വേണ്ട സഹായം നൽകുവാനും പഠനത്തിനിടയിലും മീനു ശ്രമിച്ചിരുന്നു. മീനു സ്കൂളിലെ മറ്റു കുട്ടികൾക്കെല്ലാം മാതൃകയായിരുന്നു.

അദ്ധ്യാപകരോടും മുതിർന്നവരോടുമുള്ള മീനുവിന്റെ എളിമയാർന്ന പെരുമാറ്റം എടുത്തുപറയേണ്ടത് തന്നെയാണ്. ധിക്കാരപരമായ പെരുമാറ്റം ഒരിക്കലും മീനുവിൽനിന്ന് അവളുടെ അദ്ധ്യാപകർക്കോ എന്തിന് സഹപാഠികൾക്കുപോലുമോ നേരിടേണ്ടി വന്നിട്ടില്ല. മിടുക്കും കഴിവുമുള്ള ഏതൊരു കുട്ടിക്കും മാതൃകയാക്കാവുന്ന പെരുമാറ്റത്തിന് ഉടമയായിരുന്നു മീനു.

മറ്റുള്ള ക്ലാസിലെ കുട്ടികളും പഠനത്തിന്റെ തിരക്കുകൾ കഴിഞ്ഞുള്ള സമയങ്ങളിൽ ക്ലബ്ബിന്റെ പ്രവർത്തനങ്ങളിൽ സജീവമായി പങ്കെടുത്തിരുന്നു. ചുരുക്കത്തിൽ പഠന പ്രവർത്തനങ്ങളും പാഠ്യേതര പ്രവർത്തനങ്ങളും ഒരുമിച്ചുകൊണ്ടുപോകാൻ കുട്ടികൾ ശ്രദ്ധിച്ചിരുന്നു. അത്രയേറെ സൗഹാർദ്ദപരമായ ഇടപെടലായിരുന്നു അദ്ധ്യാപകരുടെയും വിദ്യാർത്ഥികളുടെയും ഭാഗത്തുനിന്നും ഉണ്ടായിരുന്നത്. പഠിത്തകാര്യത്തിലായാലും സ്കൂൾ വളപ്പിലെ കൃഷിയിറക്കുന്ന കാര്യത്തിലായാലും കുട്ടികൾ സ്വയാർജ്ജിതമായ പ്രവർത്തന ശൈലിയാണ് കാഴ്ചവെച്ചിരുന്നത്. പരിസ്ഥിതി ക്ലബ്ബിന്റെ പ്രവർത്തനത്തിനായി സ്കൂളിലെ ഒറ്റ ക്ലാസുപോലും ഒരു കുട്ടിയും നഷ്ടപ്പെടുത്താറില്ലായിരുന്നു. ഒഴിവുസമയം കണ്ടെത്തിയാണ് പാഠ്യേതര പ്രവർത്തനങ്ങൾക്ക് അവർ സമയം കണ്ടെത്തിയത്. അതാത് ദിവസങ്ങളിലെ പാഠഭാഗങ്ങൾ അന്നുതന്നെ പഠിച്ച് ഹൃദിസ്ഥമാക്കാൻ വിദ്യാർത്ഥികൾ ശീലിച്ചിരുന്നു. അവരുടെ ചിട്ടയായ ഈ പഠനരീതികൊണ്ട് എല്ലാ പരീക്ഷകളിലും മികച്ചവിജയം അവർക്ക് കൈവരിക്കാൻ സാധിക്കാറുണ്ട്.

വാർഷികപരീക്ഷ കഴിഞ്ഞ് കുട്ടികൾ എല്ലാവരും വിശ്രമജീവിതത്തിലാണ്. ഓരോരുത്തരും അവരവരുടെ സൗകര്യമനുസരിച്ച് വിനോദയാത്ര, ബന്ധുവീടുകളിലെ സന്ദർശനം തുടങ്ങിയ വിവിധ പരിപാടികളിൽ വ്യാപൃതരാണ്. എല്ലാവരും

പരീക്ഷാഫലവും പ്രതീക്ഷിച്ച് ഇരിപ്പാണ്. എന്നാൽ പരീക്ഷാഫലത്തെക്കുറിച്ച് അങ്ങനെ പ്രത്യേകം ഉൽക്കണ്ഠ ആർക്കും ഉണ്ടായിരുന്നില്ല. ഇതിനിടയിലും സമയം കിട്ടുമ്പോഴെല്ലാം അവർ സ്കൂൾവളപ്പിലെ വിളകൾ സംരക്ഷിച്ച് പോന്നു. അദ്ധ്യാപകരും അനദ്ധ്യാപകരും ഇവരുടെ പ്രവർത്തനങ്ങൾക്ക് വേണ്ട സഹായവും നൽകാറുണ്ടായിരുന്നു. ഇത് ഒരുപക്ഷേ ഈ സ്കൂളിൽ മാത്രം കാണാൻ കഴിഞ്ഞിട്ടുള്ള ഒരു കാഴ്ചയായിരുന്നു എന്നുതന്നെ പറയാം.

എസ്.എസ്.എൽ.സി. പരീക്ഷയുടെ ഫലത്തിന് മുൻപ് മറ്റ് ക്ലാസുകളിലെ പരീക്ഷാഫലം വന്നു. എസ്.എസ്.എൽ.സി. ഫലം പ്രഖ്യാപിച്ചപ്പോൾ ജി.ബി.എച്ച്.എസ്.എസ്സിനു നൂറു ശതമാനം വിജയവും അതുപോലെ പരീക്ഷ എഴുതിയവരിൽ ഇരുപത് കുട്ടികൾക്ക് മുഴുവൻ വിഷയങ്ങളിൽ എ പ്ലസ് നേടാനായി. എ പ്ലസ് നേടിയ കുട്ടികളിൽ നമ്മുടെ മീനുവും ഉണ്ട്.

പരിസ്ഥിതി ക്ലബ്ബിന്റെ പ്രവർത്തനങ്ങൾക്ക് മികച്ച നേട്ടം കൈവരിച്ചതുപോലെ പഠനപ്രവർത്തനത്തിലും ഇത്തരത്തിലൊരു നേട്ടം കൈവരിക്കാനായത് സ്കൂളിന് എന്തുകൊണ്ടും അഭിമാനിക്കാവുന്ന ഒരു കാര്യം തന്നെയാണ്.

വിജയമറിഞ്ഞ് കുട്ടികളും അദ്ധ്യാപകരും സ്കൂൾ മുറ്റത്ത് ഒത്തുകൂടി പ്രിൻസിപ്പലും ഹെഡ്മിസ്ട്രസ്സും എല്ലാ കുട്ടികൾക്കും അനുമോദനങ്ങൾ നേർന്നു. കുട്ടികൾ തങ്ങളുടെ വിജയം പരസ്പരം മധുരം നൽകി ആഘോഷിച്ചു.

സ്കൂൾ തുറന്ന് രണ്ടാഴ്ച കഴിഞ്ഞപ്പോൾ നൂറ് ശതമാനം വിജയം കൈവരിച്ച സ്കൂളിനെയും അവിടുത്തെ വിദ്യാർത്ഥികളെയും അദ്ധ്യാപകരെയും അനുമോദിക്കുവാനായി പി.ടി. എയും പഞ്ചായത്തും ചേർന്ന് ഒരു യോഗം സംഘടിപ്പിച്ചു. യോഗത്തിൽ പങ്കെടുത്ത എല്ലാ വിശിഷ്ടവ്യക്തികളും സ്കൂളിന്റെ വിജയത്തെ മുക്തകണ്ഠം പ്രശംസിച്ചു. പഠന

പ്രവർത്തനത്തിലും പാഠ്യേതര പ്രവർത്തനത്തിലും മുന്നിട്ട് നിൽക്കുന്ന ജി.ബി.എച്ച്.എസ്.എസ്. മറ്റ് സ്കൂളുകൾക്ക് മാതൃകയായിത്തീരട്ടെ എന്ന് എല്ലാവരും ആശംസിച്ചു. തന്റെ സ്കൂളിലെ കുട്ടികളുടെ അച്ചടക്കവും ചിട്ടയായ പഠനരീതിയും കൊണ്ടാണ് അവർക്ക് ഇത്തരത്തിൽ ഒരു വിജയം കൈവരിക്കാനായതെന്ന് നന്ദി പ്രസംഗത്തിൽ ഹെഡ്മിസ്ട്രസ് പറഞ്ഞു.

"അവരുടെ ശരികൾക്ക് പ്രോത്സാഹനം നൽകിയും തെറ്റുകൾ കണ്ടപ്പോൾ അവരെ ശാസിച്ചും തിരുത്തിയും കൂടെ നിന്ന് കുഞ്ഞുങ്ങളെ കൈപിടിച്ച് ഉയർത്താൻ ഞങ്ങൾ ശ്രമിക്കാറുണ്ട്. ഞങ്ങളുടെ ഈ ശ്രമത്തെ അവരുടെ നന്മയ്ക്കാണെന്ന് തിരിച്ചറിഞ്ഞതുകൊണ്ടു കൂടിയാണ് അവർക്ക് ഈ വിജയം കൈവരിക്കാനായത്. വിദ്യാർത്ഥികൾക്ക് നൽകാൻ കഴിയുന്ന ഏറ്റവും നല്ല ഗുരുദക്ഷിണം അവരുടെ നല്ല സ്വഭാവവും നല്ല വിദ്യാഭ്യാസവുമാണ്. ഞങ്ങളുടെ കുഞ്ഞുങ്ങളിൽ നിന്ന് ആ ഗുരുദക്ഷിണ അദ്ധ്യാപകരായ ഞങ്ങൾക്ക് ഇവിടെ ലഭിച്ചു. ഈ വിജയം കൈവരിച്ച മുഴുവൻ കുഞ്ഞുങ്ങളും ഇനിയും ഉയരങ്ങളിലെത്തട്ടെ എന്ന് പ്രാർത്ഥിച്ചുകൊണ്ട് നിർത്തുന്നു."

ഹെഡ്മിസ്ട്രസ് പറഞ്ഞുനിർത്തി.

തുടർന്ന് കുട്ടികളുടെ പ്രതിനിധിയായി മീനുവാണ് അനുമോദനങ്ങൾക്ക് നന്ദി അറിയിച്ചത്. തങ്ങളുടെ അദ്ധ്യാപകർക്ക് നന്ദിയും സ്നേഹവും അർപ്പിച്ചുകൊണ്ടാണ് മീനു തന്റെ പ്രസംഗം ആരംഭിച്ചത്. "ഞങ്ങളുടെ അദ്ധ്യാപകരുടെ പൂർണ പിന്തുണ ലഭിച്ചതുകൊണ്ടാണ് ഇത്തരത്തിൽ ഒരു നേട്ടം ഞങ്ങൾക്ക് കൈവരിക്കാനായത്. ഞങ്ങളുടെ കഴിവുകൾ കണ്ടെത്തി വേണ്ടരീതിയിൽ പ്രോത്സാഹനം നൽകിയും ഞങ്ങളിൽ തെറ്റുകൾ കണ്ടപ്പോൾ ശാസനകളിലൂടെ തിരുത്തുകയും ചെയ്തുകൊണ്ടാണ് ഞങ്ങൾക്ക് ജീവിതത്തിൽ

മുന്നേറാനായത്. തെറ്റുകൾ കണ്ട് മാതാപിതാക്കളും ഗുരുക്കന്മാരും ശാസിക്കുമ്പോൾ നമ്മുടെ നന്മയ്ക്ക് വേണ്ടിയാണ് അവർ അത് പറയുന്നത് എന്ന് എപ്പോഴും നാം ഓർക്കണം. അദ്ധ്യാപകരും മാതാപിതാക്കളും ഉയർത്തിത്തരുന്ന കരങ്ങളിൽ പിടിച്ച് ജീവിതത്തിൽ മുന്നേറുവാൻ എന്റെ സഹപാഠികൾക്ക് കഴിയട്ടെ എന്ന് പ്രാർത്ഥിച്ചുകൊണ്ട് 'മാതാപിതാ ഗുരു ദൈവം' എന്ന വചനം ഒന്നുകൂടി ഓർമ്മിപ്പിച്ചുകൊണ്ട് നിർത്തുന്നു. നന്ദി നമസ്കാരം."

മീനുവിന്റെ ഈ വാക്കുകൾ അവളുടെ സഹപാഠികൾ ഹൃദയത്തോട് ചേർത്തുവെച്ചു.

നന്മയുടെയും സ്നേഹത്തിന്റെയും കൈത്തിരി മനസ്സിൽ കെടാതെ ജീവിതവിജയത്തിലേക്ക് പറന്നുയരുവാൻ സന്നദ്ധരായി അവർ നിന്നു.

■

ശ്രീവിലാസം മോഹൻകുമാർ

കായംകുളം ദേശത്തിനകം ശ്രീവിലാസത്തിൽ 1952ൽ ജനനം. അച്ഛൻ: സി.എൻ. ഗോപാലൻ നായർ. അമ്മ: ജി. ഗൗരിയമ്മ.

കൊയ്പ്പള്ളികാരായ്മ ഹൈസ്കൂൾ, കായംകുളം എം.എസ്.എം. കോളേജ്, പന്തളം എൻ.എസ്.എസ്. കോളേജ്, പന്തളം ബി.എഡ്. കോളേജ് എന്നിവിടങ്ങളിൽ പഠനം. പ്രൈവറ്റായി എം.എ. ബിരുദം നേടി. 1971ൽ മാതൃഭൂമിയുടെ 'യുവരശ്മി'യിൽ ആദ്യ രചനകൾ അച്ചടിച്ചുവന്നു. പുള്ളിക്കണക്ക് എൻ.എസ്.എസ്. ഹൈസ്കൂൾ അദ്ധ്യാപകനായി വിരമിച്ചു.

കൃതികൾ: സൗഹൃദവനം, എലിയും നിധിയും (ബാലനോവലുകൾ), പൂമൊട്ടുകൾ (ബാലകവിതകൾ), അമ്മ (പുനരാഖ്യാനം), വിദ്യാഭ്യാസവും ലോകസമാധാനവും (ലേഖന സമാഹാരം).